ஞாயிறு கடிதம்

கைப்பட எழுதிய கடிதங்கள் – 2023

கார்த்திக் சிதம்பரம்

INDIA • SINGAPORE • MALAYSIA

ISBN 979-8-89233-783-0

உள்ளே

ஏன்?

ஒவ்வொரு வாரமும் 2023-ம் ஆண்டு கைப்பட எழுதி இணையத்தில் வெளிவந்த கடிதங்களின் தொகுப்பு தான் 'ஞாயிறு கடிதம்'. இந்த நவீன உலகத்தில் கைப்பட யார் கடிதம் எழுதுவார்கள்? ஏன் கையில் எழுத வேண்டும்? என்று எண்ணத் தோன்றும்.

சிறுவயதில் என் பெற்றோருக்குப் பலமுறை கடிதம் எழுதி இருக்கிறேன். அவர்களும் எனக்கு எழுதி இருக்கிறார்கள். பள்ளியில் பலரைப் போல், நானும் மாவட்ட ஆட்சியருக்கு நூலகம் வேண்டி, அல்லது பழுதடைந்த சாலைகளைச் சரி செய்ய, நண்பனுக்கு மடல் என்று வகுப்புகளில் கடிதம் எழுதி இருக்கிறேன்.

பள்ளிக் கல்லூரிப் படிப்பை முடித்த பின் தமிழில் எழுதுவது என்பது கொஞ்சம் கொஞ்சமாக என்னை விட்டு விலகத் தொடங்கியது. எது யாருக்கு எழுத வேண்டும் என்றாலும் கணினியைக் கொண்டு ஆங்கிலத்தில் தட்டச்சு (டைப்) செய்து விட முடியும். தமிழில் தட்டச்சு செய்ய வாய்ப்புகள் பெரிதாக அமையவில்லை. பள்ளிகளிலும் தமிழ் தட்டச்சுச் சொல்லித் தரவில்லை. பின்னாளில் இதைக் கற்க அவசியமும் ஏற்படவில்லை.

தமிழில் சில கருத்துகளை இணையத்தில் பகிர எனக்குத் தட்டச்சு செய்வதை விட, கையில் எழுதிப் படம் பிடித்துப் பகிர்வது எளிதாக இருந்தது. அதைப் படித்த சில நண்பர்கள் நீங்கள் கையில் எழுதுவது உயிர்ப்பாகவும், படிப்பதற்கு நன்றாகவும் இருக்கிறது என்று பாராட்டினார்கள். இதை ஒரு வகை ஊக்கமாக எடுத்துக் கொண்டேன். கைப்பட எழுதுவது விரல்களுக்குக் கொடுக்கும் உடற்பயிற்சி என்று என் தந்தை கூறுவதைப் பலமுறை கேட்டிருக்கிறேன். இது போல் கையில் எழுதிப் பகிர்வது ஒருவகை மகிழ்ச்சியையும் தந்தது.

அட்டவணை இல்லாமல் எப்போதாவது எழுதிக் கொண்டிருந்த வேளையில் வாராவாரம் எழுதி ஞாயிற்றுக்கிழமை பகிர்ந்தால் என்ன என்று தோன்றியது? நான் எழுதி யார் படிப்பார்கள் என்றும் தோன்றியது? யார் படிக்கிறார்களோ இல்லையோ ஒவ்வொருவரும் எழுத வேண்டும். யாரும் படிக்கவில்லை என்றாலும் நாம் எழுதியது என்றேனும் ஒரு நாள் நமக்கே பயன்படும். சோதனை முயற்சிகள் செய்து பார்ப்பது பிடிக்கும். சோதனை முயற்சிகள் செய்தால் தான், எது வேலை செய்கிறது செய்யவில்லை என்பது தெரியும். இவ்வாறு தோன்றியதுதான் 'ஞாயிறு கடிதம்'.

வாராவாரம் கைப்பட எழுதி சில மாதங்கள் இந்த முயற்சி தொடர்ந்தது. ஒவ்வொரு ஞாயிறும் தவறாமல் எழுதுகிறோம், சில மாதங்கள் கடந்துவிட்டன. இக்கடிதங்களைத் தொகுத்து ஒரு புத்தகமாக வெளியிட்டால் என்ன என்று தோன்றியது. நான் இதுவரை புத்தகம் எழுதியது இல்லை. இது ஒரு

சோதனை முயற்சியாக இருக்கும், செய்து பார்த்து விடுவோம் என்று தோன்றியது தான் ஞாயிறு கடிதம் எனும் புத்தகம்.

2023 ஆம் ஆண்டு நம் சமூகத்தில் நிகழ்ந்த நிகழ்வுகளும் நாம் செய்ய வேண்டிய மாற்றங்களும் சில வாரங்கள் வேறு தலைப்புகளிலும் அடங்கிய தொகுப்பு இந்த நூல். இந்தக் கடிதங்களால் என்ன மாற்றம் வந்துவிடப் போகிறது என்று தோன்றலாம். எழுத்திற்கு வலிமை உண்டு என்பதை நீங்கள் அறிவீர்கள். எந்த ஒரு பெரிய மாற்றமும் சிறுசிறு முயற்சிகள் மூலம் தான் உருவாகும். முன்னேற்றம், மாற்றம் விரும்புவோருக்கும் அதைச் செயல்படுத்த விரும்புபவர்களுக்கும் ஞாயிறு கடிதம் ஒரு கையேடாகக் கூட இருக்கலாம்.

ஒவ்வொரு ஞாயிற்றுக்கிழமையும் இணையத்தில் வெளிவந்த கடிதங்கள் அப்படியே கொடுக்கப்பட்டுள்ளன. கடிதம் எழுதப் பின்னணித் தகவல்களும் தேவைப்பட்டது. அதற்குரிய தேடல்களும் ஆராய்ச்சிகளும் செய்து தேவையான இடங்களில் அந்தப் பின்னணித் தகவல்களும் ஒவ்வொரு கடிதத்துடன் இணைக்கப்பட்டுள்ளது. தீர்வும் நாம் செய்ய வேண்டிய மாற்றங்களும் எப்படிச் செய்ய வேண்டும் என்பதும் அனைவருக்கும் புரியும் வகையில் கொடுக்கப்பட்டுள்ளது.

தேவைப்படும் கடிதங்களுக்கு, அது எழுதப்பட்டச் சூழல் கடிதத்தின் முற்பகுதியில் குறிப்பிடப்பட்டுள்ளது. வாசகர்களுக்கு எளிதில் புரியும் வகையில் தேவையான கடிதங்களுக்கு, கடிதம் எழுதப்பட்டதன் நோக்கம்,

காரணங்கள், திரட்டப்பட்ட தகவல்கள் ஆதாரங்களுடனும் தீர்வுகளுடனும் இணைக்கப்பட்டுள்ளது.

ஞாயிறு கடிதம் தனிமனித முயற்சி இல்லை. நாம் செய்யும் எந்த ஒரு பணியும் சிறக்க ஒரு சிறப்பான குழு இருந்தால், அந்த வேலை சிறக்கும். ஒவ்வொரு வாரமும் எழுதிய ஞாயிறு கடிதத்திற்கு நிறைய தேடல்கள் தேவைப்பட்டன. ஆராய்ச்சி செய்து தகவல்கள் சேகரிக்க வேண்டி இருந்தது. ஒவ்வொரு வாரமும் எதைப்பற்றி எழுதலாம் என்ற யோசனைகளும், எழுதியது சரிதானா என்பதைச் சரிபார்க்கவும் உதவி தேவைப்பட்டது. இந்த முயற்சியில் இரவு பகல் பார்க்காமல் ஒரு மிகச்சிறந்த பணியைச் செய்த என்.ஐ.டி. திருச்சியில் நான்காம் ஆண்டு பயிலும் மாணவர், 2023-24 என்.ஐ.டி. திருச்சியின் தமிழ் மன்றத் தலைவர் அருண்பிரபாகர் அவர்களுக்கு நன்றிகள். ஞாயிறு கடிதத்தில் அவருடன் சேர்ந்து பணி செய்தது, ஒரு சுவையான அனுபவமாக இருந்தது.

அருண்பிரபாகரை எனக்கு அறிமுகம் செய்து, தேவையானப் பணிகளை ஒருங்கிணைத்து, தடங்கல்கள் வரும்போது அதைச் சரி செய்து, இதை ஒரு புத்தகமாக வெளியிடலாம் என்றவுடன் அதற்குரிய முயற்சிகள் எடுத்து மிகச் சிறந்த தலைமைப் பண்புகளுடன் என் வேலையை எளிதாக்கி இந்த முயற்சிக்குத் தலைமை ஏற்று மிகச் சிறப்பாகச் செயல்படுத்திய ஸ்ரீஜா சந்தானம் அவர்களுக்கு நன்றிகள். அவரிடமிருந்து நிறைய கற்றுக்கொள்ளலாம். அவரைப் போல் உழைப்பும் திறமையும் மிக்கவர்களைக் காண்பது அரிது.

கடிதங்களில் உள்ள குறைகளைச் சுட்டிக்காட்டி, பாராட்டி, எழுதும்போது ஆராய்ந்து, தகவல்கள் சேகரித்து, ஆழமானதாக இருக்க வேண்டும் போன்ற நல்ல ஆலோசனைகள் வழங்கும் என் தம்பி அருண் சிதம்பரத்திற்கு நன்றி.

சிறுவயதிலிருந்து எங்களுக்கு ஒரு மிகச் சிறப்பான அடித்தளம் அமைத்து, எது செய்தாலும் அந்த முயற்சிகளைப் பாராட்டி, வெற்றிகள் கிடைக்கவில்லை என்றால், தோல்விகளைக் கண்டு துவண்டு விடக்கூடாது, இன்னும் உழைக்க வேண்டும், விடாமுயற்சி வேண்டும் என்ற எண்ணங்களை விதைத்து எப்போதும் ஊக்கம் தரும் என் பெற்றோர் 'ஆணழகன்' சிதம்பரம், பூங்கோதை சிதம்பரம் அவர்களுக்கு நன்றிகள்.

நான் செய்யும் வேலைகளில் தலையீடு இல்லாமல், ஊக்கம் தந்து, துணை நின்று, விவாதித்து, சிறப்பாகச் செயல்படுத்த யோசனைகள் தந்து, எப்போதும் தோளுக்குத் தோளாக நிற்கும் என் மனைவி சித்ரா கார்த்திக்குக்கு என் நன்றிகள்.

என் பிள்ளைகள் அன்விகா கார்த்திக் சிதம்பரம், பெரி கார்த்திக் சிதம்பரம் அவர்களுக்கும் என் நன்றி.

டிசிகாப் நிறுவனத்திற்கும் நன்றி. ஒவ்வொருவரும் ஒரு பிராண்டாக இருத்தல் வேண்டும், வாசித்தல் எழுதுதல் ஆகியன டிசிகாப் கலாச்சாரத்தின் முக்கிய அங்கங்கள். அந்த வகையில் இந்தப் புத்தகம் வெளிவருவது மிக்க மகிழ்ச்சி.

ஞாயிறு கடிதம், புத்தக வடிவில் வெளிவர உதவிய நோஷன்பிரஸ் பதிப்பகத்திற்கும் ஜோஸ்வா ஜோயல் மற்றும் அவரது குழுவிற்கும் நன்றிகள்.

ஞாயிறு கடிதத்தை வாராவாரம் இணையத்தில் பார்த்து, வாசித்து பாராட்டி, கருத்துகள் பகிர்ந்த அனைவருக்கும் நன்றிகள். உங்கள் ஊக்கம் தான் இந்தப் புத்தகம்.

வாசிப்போம் வளர்வோம்.

நன்றி.

(கார்த்திக் சிதம்பரம்)

04.03.2024

1. நம்ம SCHOOL, மக்கள் ID

தமிழ்நாட்டில் செயல்படுத்தப்படும் தமிழக அரசின் திட்டங்களுக்குத் தமிழில் பெயர் வைக்காததன் நோக்கம் என்ன? தமிழின் வர்த்தகத்தின் மீது நம்பிக்கை இல்லையா?

வணக்கம். அண்மையில் தமிழக அரசு 'நம்ம SCHOOL' என்ற திட்டத்தை அறிவித்தது. தற்போது மக்கள் 'ID'.

இந்தத் திட்டங்களின் பெயர்கள் மிகவும் வருத்தத்திற்குரியது. கண்டனத்திற்குரியது. தமிழ்நாட்டில் செயல்படுத்தப்படும் தமிழக அரசின் திட்டங்களுக்குத் தமிழில் பெயர் வைக்காததன் நோக்கம் என்ன? தமிழின் வர்த்தகத்தின் மீது நம்பிக்கை இல்லையா?

இது போன்ற செயல்கள் தமிழை அழிவுப் பாதை நோக்கி மேலும் நகர்த்திச் செல்லும். நம்பிக்கையுடன் இந்தத் திட்டங்களின் பெயர்களை உடனே தமிழில் மாற்றுங்கள். இனி வரும் தமிழக அரசின் திட்டங்களுக்குத் தமிழில் பெயர் சூட்டுங்கள்.

'தவறைத் திருத்திக்கொள்வது தவறல்ல'

நன்றி.

2. பேச்சுத் துணை

ஒருவரிடம் எவ்வளவு தான் பணம் இருந்தாலும், பற்பல நாடுகள் சென்று வந்தாலும், வயதில் பெரியவர்கள் தேடுவது பேச்சுத் துணையைத் தான்.

எண்பது வயதைக் கடந்தவர்கள் தினசரி நடைப்பயிற்சியைப் பெரும்பாலும் தாங்கள் வசிக்கும் தெருவிலேயே மேற்கொள்வதைக் காணலாம். அவர்களிடம் பேசும் போது, அவர்கள் சொன்னது ஒருவேளை நடைப்பயிற்சியின் போது தவறி விழுந்துவிட்டால் நான் யாரென்று தெருவில் உள்ளோருக்குத் தெரியும். பத்திரமாகத் தன்னை வீட்டில் சேர்த்து விடுவார்கள் என்றனர்.

ஒருவரிடம் எவ்வளவு தான் பணம் இருந்தாலும், பற்பல நாடுகள் சென்று வந்தாலும், வயதில் பெரியவர்கள் தேடுவது

பேச்சுத் துணையைத் தான். புத்தகங்களும் அவர்களுக்குச் சிறந்த துணையாக இருக்கின்றன.

வயதில் இளையோர், உங்கள் தெருவில் அல்லது அடுக்ககக் குடியிருப்பில் அல்லது உங்கள் வீட்டில் உள்ள பெரியவர்களிடம் தினசரி பேசுங்கள். நிறைய தெரிந்து கொள்ளலாம். அவர்களுக்கும் பேச்சுத் துணையாக இருக்கும்.

நன்றி.

3. இலக்கியல் நோக்கு

விஷன் என்றால் என்ன? மலேசியப் பத்துமலை தமிழ்ப்பள்ளியில் அழகாக 'இலக்கியல் நோக்கு' என்று எழுதியுள்ளனர். அதுபோல் நாமும் செய்தால் என்ன?

(ரியல் எஸ்டேட் விஷன் 2030 என்ற நிகழ்ச்சியில் நம் முதல்வர் பங்கு கொண்டார். அதற்கான விளம்பரங்கள் செய்தித்தாள்களில் வந்த சூழலில் எழுதப்பட்ட கடிதம்)

வணக்கம். தமிழ்நாடு முதல்வர் தமிழகத்தில் பங்கேற்றுத் தொடங்கி வைக்கும் நிகழ்ச்சிகளில் தமிழ்ச் சொற்களைப் பயன்படுத்தினால், மிகவும் சிறப்பாக இருக்கும். இதை

முதல்வரும் நிகழ்ச்சி ஏற்பாட்டாளர்களிடம் அறிவுறுத்துதல் அவசியம்.

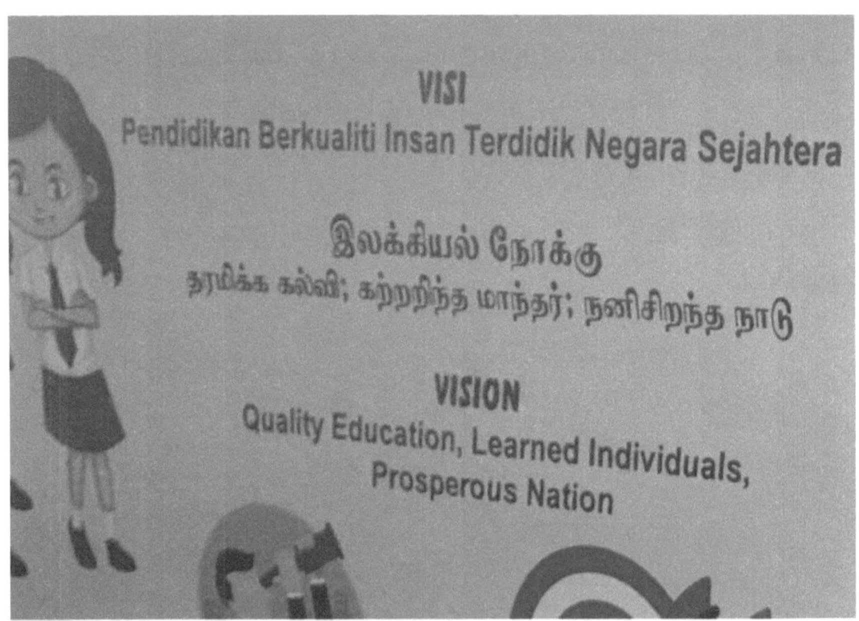

மலேசியப் பத்துமலை தமிழ்ப்பள்ளியில் விஷன் என்பதற்கு
அழகுத் தமிழில் 'இலக்கியல் நோக்கு'

ரியல் எஸ்டேட் என்றால் என்ன? விஷன் என்றால் என்ன? மலேசியப் பத்துமலை தமிழ்ப்பள்ளியில் அழகாக 'இலக்கியல் நோக்கு' என்று எழுதியுள்ளனர். அதுபோல் நாமும் செய்தால் என்ன?

தமிழ்நாட்டில் இதுபோன்ற மாற்றங்கள் மிகவும் அவசியம்.

நன்றி.

4. தமிழகத்தில் வேலை செய்யும் வட இந்திய நண்பர்களுக்குத் தமிழ் வகுப்புகள்

தமிழகத்தில் வேலை செய்யும் வட இந்திய நண்பர்களுக்குத் தமிழை எழுதவும், படிக்கவும் கற்றுக் கொடுத்தால் என்ன?

பல தரப்பட்ட மக்கள் தமிழ்நாட்டில் வாழ்கிறார்கள். பல மொழிகள் பேசுகிறார்கள். வட இந்திய நண்பர்கள் பல தொழிற்சாலைகளிலும் ஏன் பலரது வீடுகளிலும் கூட வேலை செய்கிறார்கள்.

'யாதும் ஊரே யாவரும் கேளிர்' என்றார் கணியன் பூங்குன்றனார். அவர் கூறியது போல் நாம் என்றுமே பிறரை வரவேற்றுள்ளோம்.

தமிழகத்தில் வேலை செய்யும் வடஇந்திய நண்பர்கள் பலர் தமிழை மிக அழகாகப் பேசுகிறார்கள். அவர்களுக்கு நாம் தமிழை எழுதவும், படிக்கவும் கற்றுக் கொடுத்தால் என்ன?

இது ஒரு தொலைநோக்குப் பார்வையுடன் தமிழ்நாட்டையும் தமிழையும் வளர்க்கும். இதை ஒரு சோதனை முயற்சியாக செய்து பார்த்தால் என்ன?

நன்றி.

5. எழுத்து

வாசிப்பதையும், எழுதுவதையும் நம் கல்வி முறையின் அடிப்படையாக்கி மாணவர்களை ஊக்குவிப்பது எதிர்காலத்தில் பெரும் பயன்களை ஈட்டித் தரும்.

எண்ணும் எழுத்தும் கண்ணெனத் தகும் என்றார் ஒளவையார். பிள்ளைகள் எழுதுவது அவர்களைத் தெளிவாகச் சிந்திக்கச் செய்யும்.

நம் அப்துல் கலாம் அவர் படித்த எம்.ஜெ.டி. கல்லூரித் தமிழ்ச் சங்கம் நடத்திய கட்டுரைப் போட்டியில் பங்கேற்றுச் சுயமாக விமானம் உருவாக்குதல் பற்றிக் கட்டுரை எழுதினார். இது அவர் அறிவியல் பயணத்தைச் செதுக்க அடிப்படையாக அமைந்தது.

16/4/23

எழுத்து

எண்ணும் எழுத்தும் கண்ணெனத் தகும் என்றார் ஒளவையார். பிள்ளைகள் எழுதுவது அவர்களை தெளிவாகச் சிந்திக்கச் செய்யும்.

நம் அப்துல் கலாம் அவர் படித்த எம்.ஐ.டி கல்லூரி தமிழ் சங்கம் நடத்திய கட்டுரைப் போட்டியில் பங்கேற்று சுயமாக விமானம் உருவாக்குதல் பற்றி கட்டுரை எழுதினார். இது அவர் அறிவியல் பயணத்தை செதுக்க அடிப்படையாக அமைந்தது.

வாசிப்பதையும், எழுதுவதையும் நம் கல்வி முறையின் அடிப்படையாக்கி மாணவர்களை ஊக்குவிப்பது எதிர்காலத்தில் பெரும் பயன்களை ஈட்டித் தரும்.

நன்றி.

கார்த்திக் சிதம்பரம்

வாசிப்பதையும், எழுதுவதையும் நம் கல்வி முறையின் அடிப்படையாக்கி மாணவர்களை ஊக்குவிப்பது எதிர்காலத்தில் பெரும் பயன்களை ஈட்டித் தரும்.

நன்றி.

6. உலகப் புத்தக தினம்

தமிழ்நாட்டில் அண்ணா நூற்றாண்டு நூலகம் போல் ஒவ்வொரு சட்டமன்றத் தொகுதியிலும் ஒரு உலகத்தர நூலகம் அமைத்தல், 234 உலகத்தர நூலகங்கள் என்ற இலக்கு போன்றவை நோக்கி நம் செயல்பாடு இருத்தல் வேண்டும்.

இனிய உலகப் புத்தக தின வாழ்த்துகள். புத்தகங்கள் ஒரு மனிதனின் வாழ்க்கையை மாற்றும். நம் இந்தியத் திருநாட்டில், தமிழ்நாட்டில் வாசித்தல் பழக்கத்தை அதிகரிக்கச் சந்தைப்படுத்துதல் (Marketing) தேவைப்படுகிறது.

அண்ணா நூற்றாண்டு நூலகம், சென்னை

நம் இந்தியா உலகத்தர வளர்ச்சி அடைய, நம் நூலகங்களை மேம்படுத்துதல் அவசியம். தமிழ்நாட்டில் அண்ணா நூற்றாண்டு நூலகம்போல் ஒவ்வொரு சட்டமன்றத் தொகுதியிலும் ஒரு உலகத்தர நூலகம் அமைத்தல், **234 உலகத்தர நூலகங்கள்** என்ற இலக்கு போன்றவை நோக்கி நம் செயல்பாடு இருத்தல் வேண்டும்.

வாசிப்போம், வளர்வோம்.

நன்றி.

தலை குனிந்து
என்னைப் பார்;
தலை நிமிர்ந்து
வாழ வைப்பேன்...
– புத்தகம்

7. மே தின வாழ்த்துகள்

> அனைவரையும் உள்ளடக்கிய வளர்ச்சி (Inclusive Growth) ஒரு வளமான சமூகத்தை உருவாக்கும்.

மே தினம் உழைப்பாளர் தினம். நாம் அனைவரும் உழைப்பவர் தான். இது நம் தினம்.

அனைவரையும் உள்ளடக்கிய வளர்ச்சி (Inclusive Growth) ஒரு வளமான சமூகத்தை உருவாக்கும். இதற்கு வீட்டு வேலை செய்வோர், கட்டிட வேலை மற்றும் பிற வேலைகள் செய்வோரின் வாழ்க்கைத் தரம் உயர வேண்டும், அவர்களின் வருமானம் அதிகரிக்க வழி செய்வது நம் அனைவரின் கடமை.

உடல் உழைப்பு செய்வோர்க்குச் சேமிப்பு, முதலீடு, செலவு, தொழில், விற்பனை, மொழி போன்ற செயல்முறைக்

கல்வி கற்பித்தல், வழிகாட்டுதல் அவர்களின் வாழ்க்கைத் தரத்தை உயர்த்தும்.

சிறு சிறு மாற்றங்கள், பெரும் மாற்றத்தை உருவாக்கும்.

உழைப்பாளர் தின வாழ்த்துகள்

நன்றி.

8. பணமும் அறமும்

> அறவழி அல்லாது சேர்த்த பணத்தால் இன்பத்தை விட துன்பமே அதிகம்.

நம்மைச் சுற்றிப் பார்க்கும் போது பணத்திற்கும், அறத்திற்கும் தொடர்பு இல்லாதது போல் தோன்றலாம்.

அறவழி அல்லாது சேர்த்த பணத்தால் இன்பத்தை விட துன்பமே அதிகம்.

அடுத்த தலைமுறை, நம் பிள்ளைகள் நம்மைப் பார்த்துதான் வளர்கின்றனர். இளம் வயது முதலே அவர்களுக்கு அறத்தைப் பற்றியும், பணத்தைப் பற்றியும் கற்பித்து அவர்களை அறம் பின்பற்றச் செய்வது பெரும் பயன்களை ஈட்டித் தரும்.

நன்றி.

9. தமிழ்நாடு சாம்பியன்ஸ் அறக்கட்டளை

> இதே நிலை தொடர்ந்தால் தமிழ் நாட்டில் இன்னும் 50 வருடங்களில், ஏன் 20–30 வருடங்களில் எழுத்துத் தமிழ் இருக்குமா?

நம் முதல்வர் நேற்று தமிழ்நாடு சாம்பியன்ஸ் அறக்கட்டளை என்று ஒன்றினைத் தொடங்கியிருக்கிறார். **சாம்பியன்ஸ்** தமிழ்ச் சொல்லா? அது தமிழ்ச் சொல்லாகவே இருந்தாலும் முதல்வர் பங்கேற்ற மேடையில் தமிழ் எங்கே? மேடையில் முதல்வரின் பெயர் கூட தமிழில் எழுதப்படவில்லை.

இதே நிலை தொடர்ந்தால் தமிழ் நாட்டில் இன்னும் 50 வருடங்களில், ஏன் 20 - 30 வருடங்களில் எழுத்துத் தமிழ் இருக்குமா?

தமிழ்நாடு சாம்பியன்ஸ் அறக்கட்டளை தொடக்க விழா
(ஆதாரம்: ஐ.ஏ.என்.எஸ்/ எக்ஸ் தளம்)

தமிழ்நாட்டின் ஆட்சி மொழி என்ன? தமிழா? அரசின் இச்செயல் கடும் கண்டனத்திற்குரியது.

நன்றி.

நடந்தது என்ன?

தமிழக விளையாட்டுத் துறையைத் தனியார் பங்களிப்புடன் மேம்படுத்தும் வகையில், 'தமிழ்நாடு சாம்பியன்ஸ் அறக்கட்டளை' என்ற அமைப்பை, முதல்வர் மு.க.ஸ்டாலின் மே 8, 2023 அன்று துவக்கி வைத்தார். [ஆதாரம்: தினமலர்]

10. ரூ.2000

தாங்கள் கொண்டு வந்த ரூ.2000 நோட்டுகள் செல்லாது என்று, முன்பு எடுத்த முடிவை மாற்றிய மத்திய அரசுக்குப் பாராட்டுகள்.

ரூ.2000 நோட்டுகள் வரும் செப்டம்பர் மாதம் 30-ம் தேதி முதல் செல்லாது என்று மத்திய அரசு/ரிசர்வ் வங்கி அறிவித்துள்ளது.

நவம்பர் 8, 2016ல் அறிமுகப்படுத்தப்பட்ட ரூ 2000 நோட்டுகளால் பணத்தை ஒரு இடத்தில் இருந்து இன்னொரு இடத்திற்கு மாற்றுவது எளிதானது. கணக்கில் வராத பணம் அதிகரிக்க வழி செய்தது.

இப்போது மீண்டும் ஒரு மாற்றம். இந்த அறிவிப்பினால் பெரும்பாலான பொது மக்களுக்கு எந்த பாதிப்பும் வந்துவிடப் போவதில்லை.

தாங்கள் கொண்டு வந்த ரூ.2000 நோட்டுகள் செல்லாது என்று எடுத்த முடிவை மாற்றிய மத்திய அரசுக்குப் பாராட்டுகள்.

நன்றி.

11. மாணவர்களுக்கு ஒரு வேண்டுகோள்

தமிழைத் தாய்மொழியாகக் கொண்ட மாணவர்கள் உங்கள் பள்ளிகளில் இரண்டாவது மொழியாகத் தமிழைத் தேர்ந்தெடுத்துப் படியுங்கள்.

தமிழைத் தாய்மொழியாகக் கொண்ட மாணவர்கள், உங்கள் பள்ளிகளில் இரண்டாவது மொழியாகத் தமிழைத் தேர்ந்தெடுத்துப் படியுங்கள். தமிழில் எழுதுவதும் பேசுவதும் பெருமை.

தமிழ்:
- உங்கள் வேர்களோடு தொடர்பில் இருக்க ஒரு பாலமாக இருக்கும்

* பொருள் ஈட்ட பயன்படும்

* அறம் சொல்லித் தரும்

* நீங்கள் யார் என்பதை உங்களுக்கு உணர்த்தும்

* உங்களை நல்வழிப்படுத்தும்

நன்றி.

12. ஒடிசா இரயில் விபத்து

உயிரிழந்தோருக்குக் கொடுக்கும் உதவித்தொகையை விட இன்னும் 100 வருடங்களுக்கு இதுபோன்று ஒரு விபத்து நடக்காமல் தடுத்து அனைத்து அரசுத் துறைகளையும் நேர்மையுடன் மேம்படுத்துவது நாம் செலுத்தும் சிறந்த அஞ்சலியாக இருக்கும்.

ஜூன் 2-ஆம் தேதி ஒடிசாவில் நடந்த **பஹனாகா பஜார்,** கோரமண்டல் - ஹவுரா எக்ஸ்பிரஸ், சரக்கு இரயில் **விபத்து** மிகவும் வருத்தமளிக்கிறது. இந்த விபத்தில் 280 க்கும் அதிகமான மக்கள் மரணம் அடைந்துள்ளனர்.

இந்தக் கொடூர விபத்துக்கு மத்திய இரயில்வே அமைச்சகம் பொறுப்பேற்று, இந்த விபத்து இதனால் தான் நடந்தது, இது போன்று செய்திருந்தால் இந்த விபத்தைத் தடுத்திருக்கலாம் என்று ஒரு வெளிப்படையான அறிக்கை தாக்கல் செய்ய வேண்டும்.

பயணிகள் பாதுகாப்பில் குறைபாடுகள் இருந்தால் அதனை ஒப்புக்கொண்டு சரி செய்வது ஒரு முன்மாதிரியான அரசை உருவாக்கும்.

உயிரிழந்தோருக்குக் கொடுக்கும் உதவித்தொகையை விட இன்னும் 100 வருடங்களுக்கு இதுபோன்று ஒரு விபத்து நடக்காமல் தடுத்து அனைத்து அரசு துறைகளையும் நேர்மையுடன் மேம்படுத்துவது நாம் செலுத்தும் சிறந்த அஞ்சலியாக இருக்கும்.

நன்றி.

13. பயணம்

> பயணங்கள் நம் சிந்தனைத் திறனை மேம்படுத்தும். கற்றலுக்குப் பெரும் உதவியாக இருக்கும்.

(நமது தமிழக முதல்வர் தொடர்ந்து பல்வேறு வெளிநாடுகளுக்குச் சுற்றுப் பயணம் மேற்கொண்ட சமயத்தில் எழுதப்பட்ட கடிதம்)

பயணங்கள் நம் சிந்தனைத் திறனை மேம்படுத்தும். கற்றலுக்குப் பெரும் உதவியாக இருக்கும். கிரேக்கர் மெகஸ்தனிஸ் (கி.மு.302-298), சீனர் யுவான் சுவாங் (கி.பி 630) என்று பலர் பல நூறு, ஆயிரம் வருடங்களாகத் தொழில், கலாச்சாரப் பயணமாக நம் நாட்டிற்கு வந்துள்ளனர்.

நம் தமிழக முதல்வரின் சமீபத்திய சிங்கப்பூர், ஜப்பான் பயணங்கள் அந்நாட்டின் கலாச்சாரம், தொழில்முறை, செயல்படுத்தும் திறன் போன்றவற்றை அறிந்து கொண்டு,

நம் நாட்டில் நமக்கு ஏற்றவாறு திட்டங்கள் வகுக்கப் பயனுள்ளதாக இருக்கும்.

நாம் பயணங்கள் செல்லவில்லை என்றால் தான் வருத்தப்பட வேண்டும்.

பயணங்கள் மேற்கொண்டு சென்னை திரும்பிய முதல்வருக்கு வாழ்த்துகள்.

நன்றி.

14. மின்வெட்டு

ரூ.72,096 கோடி ஈட்டும் மின் வாரியத்தை இன்னும் சிறப்பாக எப்படி நிர்வகிக்கலாம்? மின் தடைகளைத் தடை செய்க.

(தமிழகத்தில் அடிக்கடி மின்வெட்டு ஏற்படுகிறது. காரைக்குடி அருகே இருக்கும் எங்கள் ஊரான கானாடுகாத்தான் சென்றபோது அடிக்கடி மின்வெட்டு ஏற்பட்டது; இரவில் சரியாக தூங்க இயலவில்லை. அந்தச் சூழலில் எழுதிய கடிதம்)

தமிழ்நாட்டில் 2023- 24 ஆண்டிற்கானத் தினசரி மின் தேவை 18,000 முதல் 18,500 மெகாவாட் வரை இருக்கும் என மதிப்பீடு செய்யப்பட்டுள்ளது.

நம் தமிழ்நாடு மின்சார வாரியம் (TANGEDCO) ஈட்டும் வருட வருவாய் ரூ 72,096 கோடி. நஷ்டம் - ரூ 11,213 கோடி.

சிறு நகரங்கள், கிராமங்களில் தினசரி அறிவிக்கப்படாத மின்வெட்டு ஏற்படுகிறது. மூன்று கோடிக்கு மேல் பயனாளர்கள் கொண்ட மின் வாரியத்தில் தினசரி மின்வெட்டு என்றால் 2030க்குள் ஒரு டிரில்லியன் டாலர் பொருளாதாரம் எப்படி சாத்தியம்?

மின் தடையினால்:

1. இயல்பு வாழ்க்கைப் பாதிக்கப்படுகிறது

2. ஒரு வீட்டில் அதிக பொருளாதாரச் சுமை ஏற்படுகிறது

3. செழிப்பாக வாழத் தேவையான தூக்கம் தடைபடுகிறது

ரூ 72,096 கோடி ஈட்டும் மின் வாரியத்தை இன்னும் சிறப்பாக எப்படி நிர்வகிக்கலாம்?

மின் தடைகளைத் தடை செய்க.

நன்றி.

15. மழையும் நீரும்

மழைநீர் சேகரிப்புத் திட்டம் மக்களிடையே எந்த அளவு நடைமுறையில் உள்ளது?

இந்திய வானிலை அறிக்கையின்படி தமிழகம் மற்ற மாநிலங்களோடு ஒப்பிடுகையில் 2023 ஆம் ஆண்டு தேவையான மழையினைப் பெற்றுள்ளது.

தமிழ்நாட்டில் 6286.84 ஏக்கர் அளவில் 1821 க்கும் மேற்பட்ட ஏரி குளங்கள் போன்ற நீர் நிலைகள் உள்ளன. கிட்டத்தட்ட 23 லட்சம் கட்டிடங்களில் மழைநீர் சேகரிப்புத் திட்டம் உருவாக்கப்பட்டுள்ளதாக அரசு தெரிவிக்கிறது.

இவ்வாறு உருவாக்கப்பட்ட மழைநீர் சேகரிப்புத் திட்டம் மக்களிடையே எந்த அளவு நடைமுறையில் உள்ளது என்பதை ஆராய்ந்து, நீர்நிலைகளைப் பராமரித்து

மேம்படுத்தி, புதிய நீர் நிலைகள் உருவாக்கி மக்களிடையே விழிப்புணர்வு ஏற்படுத்துவதன் மூலம் பின்வரும் காலங்களில் தண்ணீர்ப் பற்றாக்குறை ஏற்படாத வண்ணம் தடுக்க முடியும்.

நன்றி.

மேம்படுத்தி, புதிய நீர் நிலைகள் உருவாக்கி மக்களிடையே விழிப்புணர்வு ஏற்படுத்துவதன் மூலம் பின்வரும் காலங்களில் தண்ணீர்ப் பற்றாக்குறை ஏற்படாத வண்ணம் தடுக்க முடியும்.

பின்னணிக் காரணங்கள்:

- இந்திய வானிலை அறிக்கையின்படி, ஜூன் 20, 2023 வரை 71% இந்திய மாநிலங்கள் மிகவும் குறைந்த அளவு பருவ மழையைப் பெற்றுள்ளது. எனினும், தமிழகம் மற்ற மாநிலங்களோடு ஒப்பிடும்போது 2023ஆம் ஆண்டின் மழைப்பொழிவினைத் தேவையான அளவு பெற்றுள்ளது. [ஆதாரம்: டவுன் டு எர்த்]

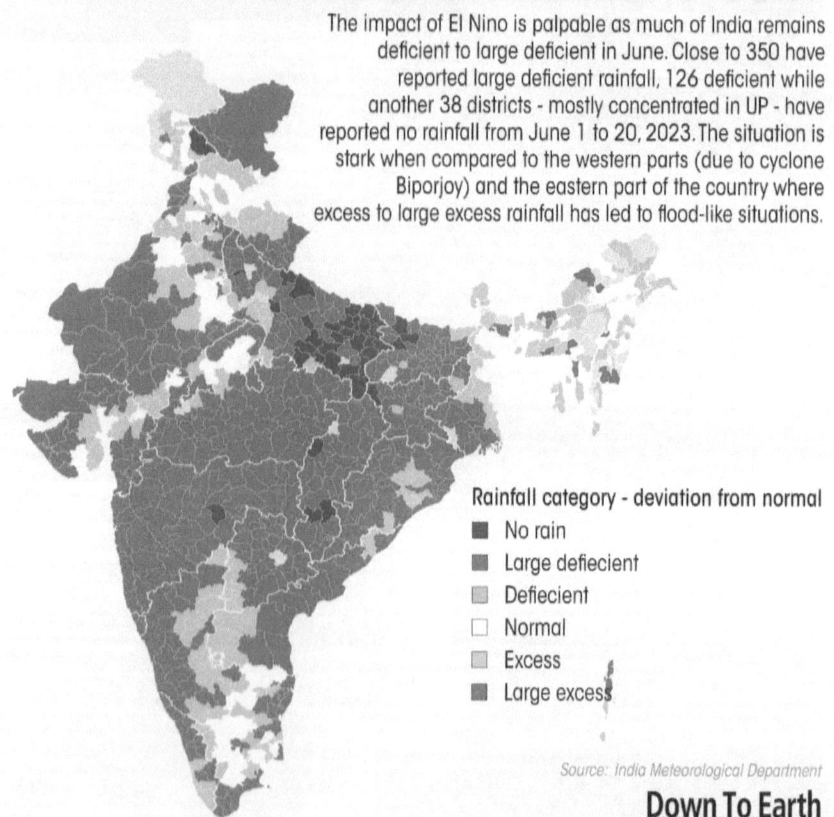

16. வெ. இறையன்பு

> ஆடம்பரம் இல்லாமல் வேலை செய்தார். இன்று ஆடம்பரம் இல்லாமல் விடை பெற்றார்.

நம் தமிழக அரசின் தலைமைச் செயலாளர் வெ. இறையன்பு இன்று பணி ஓய்வு பெற்றார். அவர் தலைமைச் செயலாளராகப் பதவி ஏற்கும்போது, தான் எழுதிய புத்தகங்களை அரசு நிகழ்ச்சிகளில் பரிசாகத் தர வேண்டாம் என்று உத்தரவு பிறப்பித்தார்.

ஆடம்பரம் இல்லாமல் வேலை செய்தார். இன்று ஆடம்பரம் இல்லாமல் விடை பெற்றார். இதுபோன்று ஒரு தலைமைச் செயலாளரைத் தேர்வு செய்த முதல்வருக்குப் பாராட்டுகள்.

ஐயா வெ. இறையன்பு அவர்களிடம் இருந்து நாமும், தமிழ்நாடு அரசும் நிறைய கற்றுக்கொள்ளலாம். வெ. இறையன்பு அவர்களுக்கு வாழ்த்துகள்.

நன்றி.

ஐயா வெ. இறையன்பு அவர்களிடம் இருந்து நாமும், தமிழ்நாடு அரசும் நிறைய கற்றுக்கொள்ளலாம். வெ. இறையன்பு அவர்களுக்கு வாழ்த்துகள்.

நன்றி.

17. ஹெல்த் வாக்
(Health Walk)

> ஹெல்த் வாக் என்ற பெயருக்குப் பதில் 'நான் முதல்வன்', 'மக்களைத் தேடி மருத்துவம்' போன்ற அழகியத் தமிழ்ப் பெயர்களை வைக்கலாமே?

தமிழ்நாட்டில் உள்ள 38 மாவட்டங்களில் ஹெல்த் வாக் (Health walk) என்று ஒரு புதிய திட்டத்தைத் தொடங்கப் போவதாக அறிவித்திருக்கிறார், நம் சுகாதரத்துறை அமைச்சர்.

பிறக்கும் குழந்தைகளுக்குத் தமிழில் - தமிழ்ப் பெயர் வைக்க வேண்டும் என்று அறிவுறுத்தினார் நம் முதல்வர். **எங்கும் தமிழ், எதிலும் தமிழ்** என்று ஒரு நேர்காணலில் கூறினார்.

ஹெல்த் வாக் என்ற பெயருக்குப் பதில் 'நான் முதல்வன்', 'மக்களைத் தேடி மருத்துவம்' போன்ற அழகியத் தமிழ்ப் பெயர்களை வைக்கலாமே?

இந்தப் புதிய திட்டத்தைச் செயல்படுத்தும் முன் பெயரை மாற்றுங்கள்.

நன்றி.

நடந்தது என்ன?

அடையார் அருகிலுள்ள டாக்டர் முத்துலட்சுமி ரெட்டி பூங்காவில் இருந்து 8 கிமீ நீளத்திற்குச் சென்னை ஹெல்த் வாக் நடைபாதை அமைக்கப்படும். தமிழகத்தின் பிற மாவட்டங்களிலும் இதுபோன்ற நடைபாதைகள் அமைக்கப்படும் எனச் சுகாதாரத்துறை அமைச்சர் மா.சுப்பிரமணியன் தெரிவித்தார். [ஆதாரம்: இந்தியன் எக்ஸ்பிரஸ்]

18. தக்காளி விலையேற்றம்

> விலையேற்றத்திற்கு வேயில், மழை என்று பல காரணங்கள் இருந்தாலும் விநியோகச் சங்கிலி (Supply chain issue) ஒரு முக்கியக் காரணம்

(ஒரே ஆண்டில் தக்காளி விலை ஒரு கிலோ 5 ரூபாய்க்கும் 160 ரூபாய்க்கும் விற்கும் சூழலில் எழுதப்பட்ட கடிதம்)

2023, ஜூன் 12 ம் தேதி கிலோ ரூ 20 க்கு விற்ற தக்காளி இன்று கிட்டத்தட்ட 8 மடங்கு அதிகரித்து ரூ160 வரை விற்கப்படுகிறது.

நகரம்	ஒரு கிலோ தக்காளி விலை
சென்னை	ரூ 117
மும்பை	ரூ 108
கொல்கத்தா	ரூ 152

இந்த விலையேற்றத்திற்கு வெயில், மழை என்று பல காரணங்கள் இருந்தாலும் விநியோகச் சங்கிலி (Supply chain issue) ஒரு முக்கிய காரணம்.

ஒரு திரைப்படம் திரையரங்கு அல்லது ஓ.டி.டி.யில் வெளிவர விநியோகம் எவ்வளவு முக்கியமோ, அதுபோல் தக்காளி நம்மிடம் வந்துசேர விநியோகம் அவசியப்படுகிறது.

தக்காளி விலையேற்றத்தைப் போல் கடந்த காலங்களில் வெங்காயம், உருளைக்கிழங்கு போன்ற காய்கறிகளின் விலையேற்றத்தையும் நாம் பார்த்து உள்ளோம்.

தொழில்நுட்பத்தைப் பயன்படுத்தி தரவுப் பகுப்பாய்வு (Data Analytics) மூலம் இது போன்று நிலைகளைக் கண்டறிந்து வரும்முன் தடுக்கலாம். விநியோகச் சங்கிலியை வலுப்படுத்தி மேலும் வெளிப்படைத் தன்மையை உருவாக்கலாம். இதுபோன்று காய்கறிகள் விலையேற்றத்தில் இருந்து நாம் என்ன கற்றுக் கொண்டோம் என்பதை ஆராய்ந்து, எழுதி, பகிர்ந்து மறுபடியும் இதுபோன்று ஒருநிலை வராமல் தடுக்கலாம்.

பயிரிடுபவர் முதல், விநியோகிப்பவர், விற்பவர், உட்கொள்பவர் வரை அனைவரும் பயன்படும் வகையில் மாற்றங்களை மேற்கொள்ளலாம்.

நன்றி.

நடந்தது என்ன?

ஜூன் 12ம் தேதி கிலோ ₹20 ஆக இருந்த தக்காளி ஒரு மாதத்திற்குள் கிட்டத்தட்ட 8 மடங்கு (அதாவது ரூபாய் 160) அதிகரித்தது.

பின்னணிக் காரணங்கள்

* இந்த ஆண்டு கடுமையான வெப்பத்தால் விவசாயிகள் தக்காளி சாகுபடியை செய்யாமல் இருந்து விட்டதாகவும், அதனால்தான் இந்த நிலைமை என்று கூறிய விவசாயிகள், கிருஷ்ணகிரி, ஒசூர் போன்ற இடங்களில் தக்காளி சாகுபடி மேற்கொள்ளப்பட்டு உள்ளதால், இன்னும் 2 வாரத்தில் தக்காளி விலை ஓரளவு இயல்பு நிலைக்குத் திரும்பிவிடும் என்றார்கள். தக்காளி விலையேற்றம் தற்காலிகமானது எனவும் விரைவில் விலை குறையும் என அதிகாரிகளும் தெரிவித்து இருந்தனர். [ஆதாரம்:ஒன் இண்டியா]

* வெளி மாநிலங்களில் இருந்து காய்கறிகளின் வரத்து குறைந்ததால், தக்காளி, சின்ன வெங்காயம், பீன்ஸ் உள்ளிட்ட காய்கறிகளின் விலை கடுமையாக உயர்ந்தது. [ஆதாரம்: நியூஸ் 18]

* வழக்கமாக ஜூலை-ஆகஸ்ட் மாதங்களில் தக்காளி விலை அதிகரிக்கும். பருவமழை காலமாற்றம், வரி விதிப்பு, அழுகும் பொருட்களின் அறுவடை மற்றும் போக்குவரத்து பாதிக்கப்படுவதே இதற்குக் காரணம் எனக் கூறப்படுகிறது. கடந்த கோடை காலத்தில் திடீரென ஏற்பட்ட அதிக வெப்பமும் பூச்சி தாக்குதலும் வரத்துக் குறைவுக்குக் காரணம் எனக் கூறப்படுகிறது. [ஆதாரம்: ஜீ நியூஸ்]

* தக்காளி விலை தமிழ்நாட்டில் மட்டுமின்றி இந்தியா முழுவதுமே உயர்ந்தது. கடுமையான வெப்பத்தால் விவசாயிகள் தக்காளியைப் பயிரிடாமல் விட்டுவிட்டார்கள்; இதுவே தக்காளி விலை அதிகரிக்கக் காரணம் என்றும் வியாபாரிகள் கூறுகிறார்கள்.

தீர்வு:

தக்காளி விலை ஏற்றத்திற்குப் பல காரணங்கள் இருந்தாலும் தரவுப் பகுப்பாய்வும் முறையான விநியோகச் சங்கிலியும் இல்லாதது ஒரு முக்கியக் காரணம். முறையான தரவுப் பகுப்பாய்வு மூலம், உணவுப் பொருட்களைப் பதப்படுத்தித் தேவைக்கு ஏற்ற வகையில் எல்லா காலங்களிலும் காய்கறிகளை நியாயமான விலையில் விநியோகம் செய்யும் நிலையை உருவாக்க வேண்டும்.

9/7/23

தக்காளி

ஜூன் 12 ம் தேதி கிலோ ரூ 20க்கு விற்ற தக்காளி இன்று கிட்டத்தட்ட 8 மடங்கு அதிகரித்து ரூ 160 வரை விற்கப்படுகிறது.

நகரம்	ஒரு கிலோ தக்காளி விலை
சென்னை	ரூ 117
மும்பை	ரூ 108
கொல்கத்தா	ரூ 152

இந்த விலையேற்றத்திற்கு வெயில், மழை என்று பல காரணங்கள் இருந்தாலும் விநியோகச் சங்கிலி (supply chain issue) ஒரு முக்கிய காரணம்.

ஒரு திரைப்படம் திரையரங்கு அல்லது OTT யில் வெளிவர விநியோகம் எவ்வளவு முக்கியமோ, அதுபோல் தக்காளி நம்மிடம் வந்துசேர விநியோகம் அவசியப்படுகிறது.

தக்காளி விலையேற்றத்தைப் போல் கடந்த காலங்களில் வெங்காயம், உருளைக்கிழங்கு போன்ற காய்கறிகளின் விலையேற்றத்தையும் நாம் பார்த்து உள்ளோம்.

தொழில்நுட்பத்தைப் பயன்படுத்தி தரவு பகுப்பாய்வு (Data Analytics) மூலம் இது போன்று நிலைகளை கண்டறிந்து வரும்முன் தடுக்கலாம். விநியோகச் சங்கிலியை வலுப்படுத்தி மேலும் வெளிப்படைத் தன்மையை உருவாக்கலாம்.

இதுபோன்று காய்கறிகள் விலையேற்றத்தில் இருந்து நாம் என்ன கற்றுக் கொண்டோம் என்பதை ஆராய்ந்து, எழுதி, பகிர்ந்து மறுபடியும் இது போன்று ஒரு நிலை வராமல் தடுக்கலாம்.

பயிரிடுபவர் முதல், விநியோகிப்பவர், விற்பவர், உட்கொள்பவர் வரை அனைவரும் பயன்படும் வகையில் மாற்றங்களை மேற்கொள்ளலாம்.

நன்றி

காா்த்திக் சிதம்பரம்

19. காமராசர்

> காமராசர் ஆட்சி காலத்தில் திறந்த அரசுப் பள்ளிகளைப் பன்மடங்கு மேம்படுத்தி உலகத்தர கல்வித் தளங்களாக மாற்ற வேண்டும்.

1903 ல் விருதுநகரில் பிறந்த காமராசரின் பிறந்த தினம் இன்று. அவர் தமிழ்நாட்டின் (மதராஸ் மாநிலம்) மூன்றாவது முதலமைச்சராக இருந்தபோது அவர் ஆட்சி காலத்தில் (1954-63)

- கல்பாக்கம் அணுமின் நிலையம்

- மேட்டூர் கால்வாய் திட்டம்

- நெய்வேலி நிலக்கரித் திட்டம்

என்று பல திட்டங்களைச் செயல்படுத்தி இருந்தாலும் இன்றளவும் பேசப்படுவது அவர் தமிழகத்தில் திறந்த ஆயிரம் ஆயிரம் பள்ளிகள். காமராசர் 1950, 60களில் பல ஆயிரம் அரசுப் பள்ளிகள் திறந்து நமக்கு ஒரு மிகப் பெரிய அடித்தளம் அமைத்துக் கொடுத்தார்.

காமராசர் ஆட்சி காலத்தில் திறந்த அரசு பள்ளிகளைப் பன்மடங்கு மேம்படுத்தி உலகத்தரக் கல்வித் தளங்களாக மாற்ற வேண்டும். அதற்கு உரிய இட வசதி நம்மிடம் உள்ளது. இவ்வாறு செய்வதன் மூலம் அரசுப் பள்ளிகள் நோக்கிச் செல்வோரின் எண்ணிக்கை கூடும். தனியார் பள்ளிகளில் கட்டணமும் குறையும்.

அனைத்து மாணவர்களுக்கும் சமமான வாய்ப்புகள் உடைய சமுதாயம் உருவாக வழி செய்யும். இதைத்தான் காமராசரும் விரும்பி இருப்பார்.

நாங்கள் படிக்க வழி செய்த காமராசருக்குக் கோடான கோடி நன்றிகள்.

நன்றி.

20. சாலை விபத்துகள்

**தரமான சாலைகள்
வளமான தமிழகம்**

(தமிழக நகரங்களின் சாலைகள் குண்டும் குழியுமாக இருப்பது, மக்களுக்குப் பெரும் பாதிப்பை ஏற்படுத்துகிறது. சாலை விபத்துகள் ஏற்பட தரமற்ற சாலைகள் மிக முக்கியக் காரணம். இதனை மையமாகக் கொண்டு எழுதப்பட்ட கடிதம்)

சாலை விபத்துகளுக்குக் கவனக்குறைவு ஒரு காரணமாக இருந்தாலும், குண்டும் குழியுமான சாலைகள் ஒரு மிகப்பெரிய காரணம். 2030 ஆம் ஆண்டளவில் சாலை இறப்புகளை 50% குறைக்கும் உலகளாவிய பிரகடனத்தில் (Global Declaration) இந்தியா கையெழுத்திட்டது.

தற்போது தென்மேற்குப் பருவமழை எதிரொலியாகத் திருநெல்வேலியில் சாலைகள் குண்டும் குழியுமாகக்

காட்சியளிப்பதை நியூஸ் 7 தொலைக்காட்சி அண்மையில் செய்தி ஒளிபரப்பியது.

திருநெல்வேலி சந்திப்பு ரயில் நிலையம் அருகில் 1969ல் அன்றைய முதல்வர் கலைஞர் மு. கருணாநிதியால் அடிக்கல் நாட்டப்பட்டு, 47 லட்சம் ரூபாய் செலவில் நான்கு ஆண்டுகள் வேலை செய்து கட்டப்பட்ட திருவள்ளுவர் ஈரடுக்கு மேம்பாலம், 1973ம் ஆண்டு இந்தப் பாலம் பயன்பாட்டிற்கு வந்தது. திருக்குறளில் இரண்டு அடிகள் இருப்பது போல் இந்தப் பாலம் இருந்ததால் 'திருவள்ளுவர் ஈரடுக்கு மேம்பாலம்' என்று கலைஞரால் அழகாகப் பெயர் சூட்டப்பட்டது. இதை இரட்டைப் பாலம் என்றும் மக்கள் கூறுவர். இந்தப் பாலம் தற்போது பராமரிக்கப்படவில்லை என்றும், பாழடைந்து வருவதாகவும் மக்கள் வருத்தம் தெரிவித்துள்ளனர்.

இதை ஒரு உதாரணமாக எடுத்துக்கொண்டு தமிழகம் முழுக்க உள்ள சாலைகளைச் சரி செய்வதன் மூலம் சாலை விபத்துகளைப் பெருமளவு குறைக்கலாம். கிராமப் பகுதிகளில் இரவு நேரங்களில் போதிய வெளிச்சம் இல்லாத காரணத்தால் சாலைகளில் செல்லும் வாகனங்கள் விபத்துக்குள்ளாக வாய்ப்புகள் உள்ளன. இதையும் சரி செய்யலாம்.

'தரமான சாலைகள்

வளமான தமிழகம்'

இதை நோக்கி நாம் பயணித்தல் வேண்டும்.

நன்றி.

16/7/23

சாலை விபத்துகள்

சாலை விபத்துகளுக்கு கவனக்குறைவு ஒரு காரணமாக இருந்தாலும், குண்டும் குழியுமான சாலைகள் ஒரு மிகப்பெரிய காரணம்.

2030 ஆம் ஆண்டளவில் சாலை இறப்புகளை 50% குறைக்கும் உலகளாவிய பிரகடனத்தில் (Global Declaration) இந்தியா கையெழுத்திட்டது.

தற்போது தென்மேற்கு பருவமழை எதிரொலியாக திருநெல்வேலியில் சாலைகள் குண்டும் குழியுமாக காட்சியளிப்பதை நியூஸ் 7 தொலைக்காட்சி அண்மையில் செய்தி ஒளிபரப்பியது.

திருநெல்வேலி சந்திப்பு ரயில் நிலையம் அருகில் 1969ல் அன்றைய முதல்வர் கலைஞர் மு. கருணாநிதியால் அடிக்கல் நாட்டப்பட்டு, 47 லட்சம் ரூபாய் செலவில் நான்கு ஆண்டுகள் வேலை செய்து, கட்டப்பட்ட திருவள்ளுவர் ஈரடிக்கு மேம்பாலம்

1973ம் ஆண்டு இந்தப் பாலம் பயன் பாட்டிற்கு வந்தது. திருக்குறளில் இரண்டு அடிகள் இருப்பது போல் இந்தப் பாலம் இருந்ததால் திருவள்ளுவர் ஈரடிக்கு மேம்பாலம் என்று கலைஞரால் அழகாக பெயர் சூட்டப்பட்டது. இதை இரட்டைப் பாலம் என்றும் மக்கள் கூறுவர். இந்தப் பாலம் தற்போது பராமரிக்கப்படவில்லை என்றும், பாழடைந்து வருவதாகவும் மக்கள் வருத்தம் தெரிவித்துள்ளனர்.

இதை ஒரு உதாரணமாக எடுத்துக்கொண்டு தமிழகம் முழுக்க உள்ள சாலைகளை சரி செய்வதன் மூலம் சாலை விபத்துகளை பெருமளவு குறைக்கலாம்.

கிராமப் பகுதிகளில் இரவு நேரங்களில் போதிய வெளிச்சம் இல்லாத காரணத்தால் சாலைகளில் செல்லும் வாகனங்கள் விபத்துக்குள்ளாக வாய்ப்புகள் உள்ளன. இதையும் சரி செய்யலாம்.

தரமான சாலைகள் வளமான தமிழகம் இதை நோக்கி நாம் பயணித்தல் வேண்டும்.

நன்றி

கார்த்திக்சிதம்பரம்

நடந்தது என்ன?

தமிழகத்தில் உள்ள பெரும்பாலான சாலைகள் குண்டும் குழியுமாக உள்ளது. மேலும் இத்தகைய சாலைகளில் மழைக்காலத்தில் நீர்த்தேக்கமும் ஏற்படுகிறது. இது பெரும்பாலான சாலை விபத்திற்குக் காரணமாகிறது. நாம் அனைவரும் குண்டும் குழியுமான சாலைகளின் பாதிப்பினைத் தினந்தோறும் கண்கூடாகப் பார்த்து வருகிறோம்.

மேலும் தகவல்கள்:

* பயணங்கள் இன்றைய சூழலில் தவிர்க்க முடியாத ஒன்று. பெரும்பாலும் சாலை வழிப் பயணங்கள் நம் வாழ்வியலோடு இணைந்த ஒன்று. நாம் அனைவரும் ஏதோ ஒரு வகையில் சாலையில் தினமும் பயணித்துக் கொண்டுதான் இருக்கிறோம். அத்தகைய சாலை தரமானதாக உள்ளதா? பெரும்பாலான சமயங்களில் அவை பழுதடைந்த நிலையிலேயே காணப்படுகிறது. இது பெரும்பாலான விபத்துக்கு முக்கிய காரணமாக உள்ளது. சாலைகளின் தரத்தை முறையாகப் பரிசோதித்துத் தரமானச் சாலைகளை அமைத்துத் தர வேண்டும். புதியதாகச் சாலைகளை அமைக்கும் பொழுது அவை பழைய சாலைகளின் தரத்தை விட குறைவாக இருப்பதால், பழைய சாலைகளே சிறப்பாக உள்ளதைப் போல் பெரும்பாலான இடங்களில் காணப்படுகிறது என்பது மிகவும் வருந்தத்தக்க நிலையாகும்.

* 2030 ஆம் ஆண்டளவில் சாலை இறப்புகளை 50% குறைக்கும் உலகளாவிய பிரகடனத்தில் (global

declaration) இந்தியா கையெழுத்திட்டது. ஆனால், சாலைப் போக்குவரத்து அமைச்சகத்தின் தரவுகளின்படி, சாலை விபத்துகளில் உயிரிழந்தோரின் எண்ணிக்கை 2019 ஆம் ஆண்டில் 1.51 லட்சமாக இருந்து, 2021 ஆம் ஆண்டில் 1.54 லட்சமாக அதிகரித்துள்ளது. இந்த நிலையில் எப்படி இந்தியா மேற்சொன்ன இலக்கை அடையும்?

- 2019 இல் 10,525 இறப்புகளுடன் ஒப்பிடும்போது 2021 ஆம் ஆண்டில் 15,384 சாலை இறப்புகள் தமிழகத்தில் பதிவாகியுள்ளது. [ஆதாரம்: டைம்ஸ் ஆப் இந்தியா]

- மருத்துவச் செலவு, வேலை இழப்பு, உற்பத்தித்திறன் குறைவு, வருமானம் தவிர உடலியல் மற்றும் உளவியல் துன்பங்கள், சொத்துக்களுக்கு ஏற்படும் சேதம் போன்றவற்றின் அடிப்படையில் பாதிக்கப்பட்டவர்கள் மற்றும் அவர்களின் குடும்பங்களுக்கு ஆண்டுதோறும் தமிழ்நாடு ரூ.22,200 கோடி செலவு செய்கிறது. [ஆதாரம்: தமிழ்நாடு நெடுஞ்சாலைத்துறை]

- தென்மேற்குப் பருவமழை எதிரொலியாக ஜூலை மாதம் திருநெல்வேலியில் ஆங்காங்கே மழை பெய்து வருகிறது. இந்த மழையால் சாலைகள் இன்னும் குண்டும் குழியுமாக காட்சியளிப்பதையும் நியூஸ் 7 தொலைக்காட்சி செய்தி ஒளிபரப்பியது. நெடுஞ்சாலைத் துறை அதிகாரிகளும், தமிழக அரசும் தலையிட்டு உடனடியாகச் சாலைகளைச் சீரமைக்க வேண்டும் என்று அப்போது பொதுமக்கள் வலியுறுத்தினர்.

- திருநெல்வேலி மாநகராட்சிக்கு உட்பட்ட பகுதியில் மாநில நெடுஞ்சாலைகள் சேதமடைந்து வருவதை அவர்கள் நேரலையில் படம்பிடித்துக் காட்டினர். சேதமடைந்த சாலைகளால் அதிக அளவிலான விபத்துகள் ஏற்படுவதாகப் பொதுமக்கள் வேதனை தெரிவித்தனர். மாநகராட்சியில் 112 கிலோ மீட்டர் தொலைவிற்கு மாநில நெடுஞ்சாலைகள் உள்ளன. இந்தச் சாலைகளை உடனடியாக சீரமைக்க வேண்டி மாநகராட்சி அதிகாரிகளிடம் புகார் மனு அளித்தும் நடவடிக்கை இல்லை என பொதுமக்கள் தெரிவித்தனர்.

தீர்வு:

சாலைகளைத் தரமானதாக அமைக்க, வெளிப்படைத் தன்மையோடு நேர்மையான முறையில் செயல்பட வேண்டும். நம் பணம் சரியான முறையில் செலவு செய்யப்பட்டு, மக்கள் பயன்படுத்தும் சாலைகள் தரமானதாக இருத்தல் வேண்டும்.

21. தமிழ்நாடு அரசுப் பணியாளர் தேர்வாணையம்
T.N.P.S.C

ஒரு நிறுவனத்தில் வேலைக்குச் சேரும்போது, கேட்கும் கேள்விகள், நம்மை நடத்தும் விதம், நேர்காணல், எவ்வளவு விரைவாக முடிவைச் சொல்கிறார்கள் போன்றவற்றை வைத்து அந்த நிறுவனத்தை மதிப்பீடு செய்யலாம்.

நாம் பள்ளியில் தேர்வு எழுதும்போது, தேர்வு முடிவுகள் எப்போது வரும் என்று ஆவலுடன் காத்திருப்போம்.

18.5 லட்சத்திற்கும் அதிகமான மாணவர்கள் எழுதிய டிஎன்பிஎஸ்சி குரூப் - 4 தேர்வு, சென்ற வருடம் ஜூலை மாதம் 24-ஆம் தேதி நடைபெற்றது. ஆனால் தேர்வு முடிவுகள் எட்டு மாதங்கள் கழித்து மார்ச் 24-ல் தான் அறிவிக்கப்பட்டன. முடிவுகள் அறிவிக்கப்பட்டும் குரூப்-4 காலிப் பணி இடங்கள் நிரப்பப்படவில்லை.

குரூப் - 4 தேர்வுகள் OMR மூலம் மட்டுமே திருத்தப்பட வேண்டும். 2023 ஆம் வருடம் 20,36,316 மாணவர்கள் எழுதிய நீட் தேர்வை ஒரு மாதத்திற்குள் OMR மூலம் திருத்த முடியும்போது 'டி.என்.பி.எஸ்.சி'க்கு மட்டும் ஏன் எட்டு மாதங்கள் தேவைப்படுகிறது? 2019ல் நடைபெற்ற இதே குரூப்-4 தேர்வுக்கு முடிவுகள் வெளிவர ஒரு மாதம் மட்டுமே தேவைப்பட்டது.

இதேபோல் குரூப்-2 தேர்வுக்கான விண்ணப்பம் சென்ற ஆண்டு பிப்ரவரி 23-ம் தேதி வெளியிடப்பட்டு, ஒரு வருடம் கழித்துப் பிப்ரவரி 2023 இல் தான் முதன்மைத் தேர்வுகள் நடைபெற்றன. ஆனால் இன்னும் தேர்வு முடிவுகள் வெளியிடப்படவில்லை. இதன்பின் தேர்ச்சி பெற்ற மாணவர்களுக்கு நேர்முகத் தேர்வு நடைபெற்று, முடிவுகள் வெளிவந்து அதன்பின் பணியிடங்கள் நிரப்பப்பட வேண்டும். இதுபோன்று காலம் தாழ்த்தினால் மாணவர்கள் பெரும் மன உளைச்சலுக்கு ஆளாவார்கள்.

யுபிஎஸ்சி (UPSC) குடிமைப்பணியியல் (Civil Services) தேர்வுகள் போல டி.என்.பி.எஸ்.சி தேர்வுகளும் அட்டவணைப்படி நடத்தப்பட்டு பணியிடங்கள் வருடம் தோறும் நிரப்பப்படவேண்டும்.

ஒரு நிறுவனத்தில் வேலைக்குச் சேரும்போது, கேட்கும் கேள்விகள், நம்மை நடத்தும் விதம், நேர்காணல், எவ்வளவு விரைவாக முடிவைச் சொல்கிறார்கள் போன்றவற்றை வைத்து அந்த நிறுவனத்தை மதிப்பீடு செய்யலாம்.

டி.என்.பி.எஸ்.சி தேர்வு முடிவுகளை வெளியிட்டு பணி இடங்களை உடனே நிரப்பினால் தேர்வு எழுதிய மாணவர்களுக்கு மிகவும் பயனுள்ளதாக இருக்கும். வருடம் தோறும் அட்டவணை (schedule) பின்பற்றித் திறமையான மாணவர்களைத் தேர்வு செய்து, பணியிடங்களை நிரப்பி, மிகச் சிறந்த வேலை கலாச்சாரத்தை (Work Culture) உருவாக்கினால் தமிழ்நாடு அரசு இந்தியாவிலேயே சிறந்த அரசுப் பணி இடமாக மாறும்.

நன்றி.

நடந்தது என்ன?

18.5 லட்சத்திற்கும் அதிகமான மாணவர்கள் எழுதிய குரூப் 4 2022 தேர்வானது சென்ற ஆண்டு ஜூலை 24ஆம் தேதி நடைபெற்றது. ஏறக்குறைய ஓர் ஆண்டு முடிவடைந்த நிலையில், பல மாதங்களுக்குப் பின்பு மார்ச் 24ல் தேர்வு முடிவுகள் அறிவிக்கப்பட்டும் இன்னும் அவர்களுக்கான பணி நியமனம் பூர்த்தி செய்யப்படவில்லை. டிஎன்பிஎஸ்சி தேர்வுகள் முறையான கால அட்டவணை பின்பற்றாமல், தேர்வுகளையும் நடத்தாமல் இருப்பதால், மாணவர்கள் மிகவும் மன உளைச்சலுக்கு ஆளாகியுள்ளனர்.

பின்னணிக் காரணங்கள்:

* ஏறக்குறைய ஓர் ஆண்டு கழித்தும் குரூப் 2 தேர்வு முழுமை பெறாமல் நேர்முகத் தேர்வு நடத்தாமலேயே உள்ளது. டிஎன்பிஎஸ்சி தேர்வுகளை மட்டுமே வாழ்க்கையாகக் கொண்டு படிக்கும் மாணவர்களுக்கு இது ஒரு பெரும் சுமையை ஏற்படுத்துகிறது.

* இதேபோல் குரூப் 2 தேர்வுக்கான விண்ணப்பம் சென்ற ஆண்டு பிப்ரவரி 23 இல் வெளியிடப்பட்டது. அதன் முதல் நிலை தேர்வு முடிந்து, 2023 பிப்ரவரியில் முதன்மைத் தேர்வு நடைபெற்றது. எனினும் முதன்மைத் தேர்வு முடிவுகள் வெளியிடப்படவில்லை. இத்தேர்வானது மேலும் நேர்காணலைக் கொண்டுள்ளதால் மாணவர்கள் இத்தேர்வில் வெற்றி பெறுவோமோ இல்லையா என்ற குழப்பத்திலேயே உள்ளனர்.

* இதிலும் ஒராண்டு நிறைவடைந்ததால் காலிப் பணியிடங்கள் அதிகரிக்க வாய்ப்பு உள்ளது.

தீர்வு:

முறையான கால அட்டவணையைத் தமிழ்நாடு பணியாளர் தேர்வாணையம் தயாரித்துப் பின்பற்றி மாணவர்களுக்குச் சரியான கால இடைவெளியில் தேர்வுகளை நடத்த வேண்டும். மேலும், அவர்களுக்கான பணி நியமன ஆணை தேர்வு முடிவு வெளியான குறிப்பிட்ட கால கட்டத்திற்குள் வழங்கப்பட வேண்டும்.

22. தமிழ்ப் பெயர்ப் பலகை

தமிழை வளர்ப்பது அரசின் தலையாய கடமைகளுள் ஒன்று

(தமிழகத்தில் உள்ள பெரும்பாலானக் கடைகளின் பெயர்ப் பலகைகள் தமிழில் இல்லை. சட்டம் தெளிவாக இருந்தும் அரசு அதைச் சரியாக நடைமுறைப்படுத்தவில்லை. இதனை மையமாகக் கொண்டு எழுதப்பட்ட கடிதம்)

சென்னை சாலைகளிலும், தெருக்களிலும் நீங்கள் செல்லும் போது சுற்றியுள்ள கடைகளின் பெயர்ப் பலகைகளை உற்று நோக்குங்கள். பெரும்பாலானப் பெயர்ப்பலகைகளில் தமிழைப் பார்க்க முடியாது.

எந்த மொழியில் பெயர்ப்பலகை இருந்தால் என்ன? இது ஒரு பிரச்சனையா? என்று நீங்கள் எண்ணலாம். 1969 ஆம் ஆண்டு மதராஸ் ஸ்டேட் என்று இருந்த பெயரைத்

'தமிழ்நாடு' என்று ஏன் அறிஞர் அண்ணா தலைமையிலான அரசு மாற்றியது? அதுபோல் தான் இதுவும்.

சட்டங்கள் ஏன் இயற்றுகிறோம். மக்கள் அதைப் பின்பற்றத்தானே? சட்டம் என்ன சொல்கிறது?

தமிழ்நாடு கடைகள் நிறுவுதல் விதி-1948

1. ஒரு நிறுவனத்தின் பெயர்ப் பலகையில் தமிழ்ப் பெயர் முதலில் இடம் பெற்று இருக்க வேண்டும். இரண்டாவதாக ஆங்கிலம், அதனை அடுத்து விருப்பத்திற்கு ஏற்ப மற்ற மொழிகள்.

2. இடம்பெற்றிருக்கும் தமிழ் எழுத்தின் அளவு மற்ற மொழியின் அளவை விடப் பெரியதாக இருக்க வேண்டும்.

சட்டம் தெளிவாக இருக்கும் போது அதைச் செயல்படுத்த ஏன் சிரமப்படுகிறோம்?

சரியோ, தவறோ, ஒரே இரவில் ஆயிரம் ரூபாய் நோட்டுகள் செல்லாது என்று அறிவித்து நடைமுறைப்படுத்தும்போது, ஆறு மாதங்களில் தற்போது இருக்கும் நிலையை ஏன் மாற்ற முடியாது?

தொலைநோக்குப் பார்வையோடு சிந்தித்து தற்போது இருக்கும் சட்டத்தை நடைமுறைப்படுத்தத் தவறினால் இதே நிலை தமிழ்நாட்டின் அனைத்து நகரங்கள், கிராமங்களில் பரவிவிடும்.

நல்ல செயல்படுத்துதல் மூலம் தற்போது உள்ள நிலையை நாம் எளிதாக மாற்ற முடியும்.

தமிழால் பெயர்ப் பலகைகளை மக்கள், நாம் அலங்கரிக்கும் போது பிற மாநிலங்களுக்கு எடுத்துக்காட்டாகத் தமிழ்நாடு திகழும். தமிழ்ச் சார்ந்த பொருளாதாரமும் வளரும்.

தமிழை வளர்ப்பது அரசின் தலையாய கடமைகளுள் ஒன்று.

நன்றி.

Kora BANQUETS
Kora Food Street
LEVEL
லெவல்
NON-VEG
3700+ DISHES U/1ROOF
AIR-CONDITIONED
FINE DINING
THE CHEESE CAFE
JAGIRD
ஜாகிர்தார்

SATHEESH BALAJI
CHIT FUNDS (P) LIMITED
ARUN
TAILORING
GLOBAL STUDENT
CONNECT
STUDY ABROAD
8015762024
MONALISA
LADIES BEAUTY PARLOUR
MONALISA
LADIES BEAUTY PARLOUR
IMAGE
PHOTO STUDIO
IMAGE STUDIO
வேன் ஹியூசன்
MEN. WOMEN
VanHeusen
INNERWEAR
MONEY TRANS

செ்ன்னை, அண்ணா நகரில் உள்ள
கடைகளின் பெயர்ப் பலகைகள்

நடப்பது என்ன?

தமிழகத்தின் முக்கிய நகரங்களிலும் பெரும்பாலான ஊர்களிலும் கடைகளின் பெயர்ப் பலகை தமிழில் இருப்பதில்லை. இந்த நிலை நீடித்தால், தமிழ் மொழியின் பயன்பாடு குறையும். தமிழ்நாடு அரசாங்கத்தின் அரசாணை (G.O.Ms.No.1875) விதியின்படி, தமிழகத்தில் ஒவ்வொரு கடையின் பெயர்ப் பலகையும் கட்டாயம் தமிழில் தான் இருக்க வேண்டும் என்று தெளிவாக உள்ளது. ஆனால், அதை நடைமுறைப்படுத்துவதில் நாம் சிரமப்படுகிறோம்.

பின்னணிக் காரணங்கள்:

* கடந்த 2018-2022 மட்டும் 6,074 கடைகளில் ரூ. 4.58 லட்சம் அபராதம் வசூலிக்கப்பட்டுள்ளது. உணவகச்

சட்டத்தின்படி, 349 உணவகங்களில் இருந்து ரூ.32,800 அபராதம் வசூலிக்கப்பட்டுள்ளது.

* தற்போது 50 ரூபாயாக இருந்த அபராதத்தொகை 2000 ரூபாயாக உயர்த்தப்பட்டுள்ளது. [ஆதாரம்: டைம் நியூஸ்] எனினும் எந்த மாற்றங்களும் இல்லை.

[3][15. **Name board of the establishments.**—(1) The name board of every establishment shall be in Tamil and wherever other languages are also used, the version in English shall be in the second place followed by the versions in other languages, if any.

(2) The Tamil version shall be written predominantly in the name board by providing more space than for other languages.

(3) The Tamil letters in the name board shall be in the reformed script.

Explanation.—The "reformed script" means the script in the form as given in the Annexure to the G.O. Ms. No. 1875, Education, dated the 19th October 1978 as amended by Government Memo No. 4704/79120, Education, dated the 23rd May, 1979.]

தீர்வு:

தமிழகத்தில் பெயர்ப்பலகைகள் தமிழில் தான் இருக்க வேண்டும் என்ற சட்டத்தைத் திறம்படச் செயல்படுத்த வேண்டும். அரசு நடத்தும் அனைத்து விழாக்களிலும் பலகைகளும் பெயர்களும் தமிழில் இருத்தல் வேண்டும். இதையெல்லாம் நடைமுறைப்படுத்துவது கடினமான காரியம் இல்லை.

23. தமிழ்நாட்டில் பள்ளிகளின் நிலை

போதிய இடவசதி, நிதி ஒதுக்கீடு இருந்தும் ஏன் பெற்றோர் அரசுப் பள்ளிகளைத் தேர்வு செய்வதில்லை? ஏன் மெட்ரிக் பள்ளிகள் சி.பி.எஸ்.இ பள்ளிகளாக மாற முயற்சித்துக் கொண்டு இருக்கின்றன?

(ஒவ்வொரு ஆண்டும் தமிழ்நாட்டில் சி.பி.எஸ்.இ. பள்ளிகளின் எண்ணிக்கை அதிகரித்துக் கொண்டு வருவதை மையமாகக் கொண்டு எழுதப்பட்ட கடிதம்)

669 தமிழ்நாடு அரசுப் பள்ளிகளில் மாணவர்களின் எண்ணிக்கை ஒற்றை இலக்கங்களில் உள்ளது.

வசதி படைத்தோர், அரசு அதிகாரிகள் பிள்ளைகள் பெரும்பாலும் தனியார் பள்ளிகளையும் சி.பி.எஸ்.இ. பாடத்திட்டங்களையும் தான் விரும்புகிறார்கள்.

1966ல் தமிழ்நாட்டில் முதல் சி.பி.எஸ்.இ. பள்ளி தொடங்கப்பட்டது. 2010ல் 250 பள்ளிகளாக இருந்த சி.பி.எஸ்.இ பள்ளிகளின் எண்ணிக்கை 2017ல் 800 பள்ளிகளாகவும், 2023ல் 1469 பள்ளிகளாகவும் உயர்ந்து உள்ளது.

பல தனியார் மெட்ரிக் பள்ளிகள் சி.பி.எஸ்.இ. பள்ளிகளாக மாறிவிட்டன. இன்னும் பல பள்ளிகள் மாற முயற்சித்துக் கொண்டு இருக்கின்றன.

பள்ளிக் கல்விக்காக 2021-22 ஆம் ஆண்டிற்கான பட்ஜெட்டில் ரூ 32,599.54 கோடி ஒதுக்கீடு செய்யப்பட்டது. 2022-23ல் ரூ 40,299 கோடி.

நீட் நேர்வில் 720/720 மதிப்பெண்கள் எடுத்த பிரபஞ்சனுக்கு வாழ்த்துகள். பிரபஞ்சனின் பெற்றோர் இருவரும் அரசுப் பள்ளி ஆசிரியர்கள். ஆனால் பிரபஞ்சன் படித்தது தனியார்ப் பள்ளி.

போதிய இடவசதி, நிதி ஒதுக்கீடு இருந்தும் ஏன் பெற்றோர் அரசுப் பள்ளிகளைத் தேர்வு செய்வதில்லை? ஏன் மெட்ரிக் பள்ளிகள் சி.பி.எஸ்.இ பள்ளிகளாக மாற முயற்சித்துக் கொண்டு இருக்கின்றன?

இது போன்று கேள்விகள் கேட்டு, நாம் எங்கே தவறு செய்கிறோம், தவறைத் திருத்திக் கொள்ள என்ன செய்ய வேண்டும் போன்றவற்றை ஆராய்ந்து தமிழ்நாடு அரசுப்

பள்ளிகள் மற்றும் பாடத்திட்டத்தின் தரத்தை உயர்த்துவது காலத்தின் தேவை.

நன்றி.

நடப்பது என்ன?

669 அரசுப் பள்ளிகளில், மாணவர்களின் எண்ணிக்கை ஒற்றை இலக்கங்களில் உள்ளது. பெற்றோர்கள் பெரும்பாலும் தனியார் பள்ளிகளையும் சிபிஎஸ்இ பாடத்திட்டங்களையும் விரும்புகின்றனர். பெரும்பாலான பெற்றோர்களுக்கும் மாணவர்களுக்கும் சிபிஎஸ்இ போன்ற பாடத்திட்டங்களில்தான் நாட்டம் உள்ளது.

பின்னணித் தகவல்கள்:

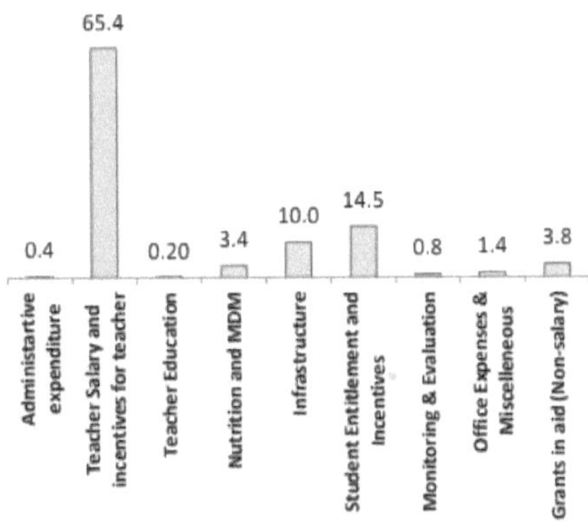

Source: Detailed Demand for Grants, state budget documents for 2017-18

- பள்ளிக் கல்விக்காக 2021-22 ஆம் ஆண்டிற்கான பட்ஜெட்டில் அதிகபட்சமாக ரூ.32,599.54 கோடி ஒதுக்கீடு செய்யப்பட்டது. [ஆதாரம்: தமிழ்நாடு பள்ளிக் கல்வித்துறை]

- 2023 பள்ளிக் கல்விக்கான பட்ஜெட் - Rs 40,299 கோடி (அரசின் பள்ளிக் கல்விச் செலவுப் பட்டியல் சதவீதம் இணைக்கப்பட்டுள்ளது)

- தமிழ்நாட்டில் சிபிஎஸ்இ பள்ளிகளின் வளர்ச்சி: [ஆதாரம்:ஆல் ஸ்கூல் இன் இந்தியா]

ஆண்டு	தமிழ்நாட்டில் சிபிஎஸ்இ பள்ளிகளின் எண்ணிக்கை
1966	1 (முதல் சிபிஎஸ்இ பள்ளி தொடக்கம்)
2010	250
2014	559
2015	580
2016	600
2017	800
2023	1469

- சென்னையில் தனியார் சிபிஎஸ்இ பள்ளிகள் 135% அதிகரித்துள்ளன. [ஆதாரம்: டைம்ஸ் ஆப் இந்தியா]

- மொத்தம் 669 அரசு தொடக்கப் பள்ளிகள் ஒற்றை இலக்கத்தில் மாணவர்கள் உள்ளன. [ஆதாரம்: டைம்ஸ் ஆப் இந்தியா]

- 2014 ஆம் ஆண்டு 559 சிபிஎஸ்இ பள்ளிகள் இன்று 1469 பள்ளிகளாக உயர்ந்துள்ளது.

தீர்வு:

நம் தமிழக அரசுப் பள்ளிகளின் தரம் உயர்த்தப்பட வேண்டும். நம் கல்வி தொழில் சார்ந்து, நடைமுறைக்கு ஏற்றவாறு தொழில்நுட்பத்தைப் பயன்படுத்தி உலகத்தில் சிறந்த கல்வியாக இருக்க முயற்சிகள் எடுத்து நடைமுறைப் படுத்த வேண்டும்.

24. இந்திய அரசுத் திட்டங்கள், சட்டங்கள்

இந்திய அரசின் திட்டங்களுக்கு நம் 22 அதிகாரப்பூர்வ மொழிகள் ஒன்றில், ஒவ்வொரு முறையும் பெயர் வைத்தால் என்ன?

நம் பிரதமர் மோடி அண்மையில் இரயில்வே அமைச்சகத்தின் - **AMRIT BHARAT STATION** Scheme என்று இரயில் நிலையங்களைப் புதுப்பிக்கும் திட்டத்தைத் தொடங்கினார்.

அது போல் ,

- SWACHH BHARAT

- PRADHAN MANTRI JAN-DHAN YOJANA

- POSHAN ABHIYAN

நம் உள்துறை அமைச்சர் அமித்ஷா இந்திய தண்டனைச் சட்டம் என்ற பெயருக்குப் பதிலாக BHARATIYA NYAYA SANHITA என்றும் இந்திய குற்றவியல் நடைமுறைச் சட்டத்திற்குப் பதிலாக 'BHARATIYA NAGARIK SURAKSHA SANHITA' என்றும் இந்தியச் சாட்சிகள் சட்டத்திற்குப் பதிலாக 'BHARATIYA SAKSHYA' என்றும் மாற்ற நாடாளுமன்றத்தில் மசோதா ஒன்றைத் தாக்கல் செய்தார்.

இந்தத் திட்டங்கள், சட்டங்கள் பெயர்களில் உள்ள ஒற்றுமை? - இந்தி (HINDI)

இதற்குப் பதிலாக இந்திய அரசின் திட்டங்களுக்கு நம் 22 அதிகாரப்பூர்வ மொழிகள் ஒன்றில், ஒவ்வொரு முறையும் பெயர் வைத்தால் என்ன?

உதாரணமாக PRADHAN MANTRI JAN DHAN YOJANA - வுக்கு பதில் எல்லாரிகு பையாங்க் காதே யோஜனே என்று ஒரு முறை கன்னடத்திலும், POSHAN ABHIYAN க்குப் பதில் போஷாண காதாரி காரியக்ரம் என்று ஒருமுறை குஜராத்தியிலும், Swachh Bharat க்கு பதில் 'தூய்மை இந்தியா' என்று ஒரு முறை தமிழிலும் பெயர் வைத்தால் என்ன?

இதுபோல் ஒவ்வொரு திட்டத்திற்கும் ஒரு மொழியைத் தேர்ந்தெடுத்துப் பெயர் வைப்பதன் மூலம் இந்தியாவின் பலமான வேற்றுமையில் ஒற்றுமை (Unity in Diversity) மேலும் பலம் பெறும். இந்திய மொழிகள் வளர்வதற்கும் இது வழிவகுக்கும்.

நன்றி.

25. தோல்விகளைக் கொண்டாடுங்கள்

பெற்றோர்களும், ஆசிரியர்களும் மாணவர்களுக்குத் தோல்விகளைக் கொண்டாடச் சொல்லித் தர வேண்டும்.

(தமிழகத்தில் நீட் தேர்வால் தற்கொலை மூலம் உயிரிழந்தோர் எண்ணிக்கை 16 ஆக உள்ளது. ஒவ்வொரு ஆண்டும் நீட் தேர்வு முடிவுகள் வெளியாகும் சமயம் இது போன்ற செய்திகள் மனதைப் பெரிதும் பாதிக்கின்றன. ஜெகதீஸ்வரன் என்னும் 19 வயது மாணவனின் தற்கொலை நிகழ்வின்போது எழுதப்பட்டக் கடிதம்)

சிறு வயதில் பிள்ளைகளிடம் நீங்கள் என்ன ஆக வேண்டும்? என்று கேட்டால் மருத்துவர், விமானி,

விளையாட்டு வீரர் என்று பல கனவுகள் இருக்கும். பெரும்பாலும் ஒருவர் படித்த படிப்புக்கும் செய்யும் வேலைக்கும் தொடர்பே இருக்காது. அதுபோல் தான் மருத்துவப் படிப்பும்.

2023ல் 20,36,316 மாணவர்கள் நீட் தேர்வு எழுதினார்கள். ஆனால் இந்திய அளவில் உள்ள மருத்துவச் சேர்க்கை எண்ணிக்கை கிட்டத்தட்ட 1,04,333 தான். தமிழ்நாட்டில் அரசு கல்லூரிகளில் 5225, தனியார் கல்லூரிகளில் 6000 தான்.

கலந்தாய்வு முடிவுகள் வந்து கொண்டிருக்கும் இச்சமயத்தில் மருத்துவக் கல்லூரியில் சேர உங்களுக்கு இடம் கிடைத்தால் வாழ்த்துகள். ஒருவேளை உங்கள் முயற்சி வெற்றி பெறவில்லை என்றால் நான் நன்றாகப் படித்தேன், நன்றாக நீட் தேர்வு எழுதினேன், பெரும் முயற்சி செய்தேன். ஆனாலும் நீட்டில் தேர்வாகவில்லை என்று பெருமையாகச் சொல்லுங்கள். தோல்விகளைக் கொண்டாடுங்கள்.

பெற்றோர்களும், ஆசிரியர்களும் மாணவர்களுக்குத் தோல்விகளைக் கொண்டாடச் சொல்லித் தர வேண்டும்.

இதுவே வெற்றி தரும்.

நன்றி.

26. சந்திரயான்-3 - நாம் என்ன கற்கலாம்?

இலக்கியல் நோக்கு மற்றும் கூட்டு முயற்சி மூலம் பெரும் சாதனைகள் படைக்க முடியும்.

சந்திரயான்-3 விண்கலம் ஆகஸ்டு-23, மாலை 6:04 மணிக்கு நிலவின் தென் துருவத்தில் தரை இறங்கியதன் மூலம், நிலவின் தென் துருவத்தில் விண்கலம் மூலம் தரை இறங்கிய முதல் நாடு என்ற பெருமையை இந்தியாவிற்குப் பெற்றுத் தந்தது.

சந்திரயான்-3, இஸ்ரோவிடம் இருந்து நாம் என்ன கற்றுக் கொள்ளலாம்?

1. 2019ல் விண்ணில் செலுத்தப்பட்ட சந்திரயான்-2 குறைபாடுகளைச் சரி செய்து சந்திரயான்-3 ஐ விண்ணில்

ஏவ நான்கு வருட காலம் ஆனது. எது ஒன்றும் எளிதில் நடந்து விடாது. கால அவகாசமும், பொறுமையும் தேவை.

2. வெற்றிடம் என்று இல்லாமல் இஸ்ரோவின் ஒரு தலைவர் (கே.சிவன்) விட்டுச் சென்ற இடத்தில் இருந்து, இன்னொரு தலைவர் (ஸ்ரீதர பணிக்கர் சோம்நாத்) அழகாகத் தொடர்கிறார்.

3. திறமையுள்ள மனிதர்களைக் கண்டறிந்து அவர்கள் மீது நம்பிக்கை வைத்து அவர்கள் செய்யும் வேலையில் தலையிடுதல் கூடாது. வேலையைச் சுதந்தரமாகச் செய்ய அனுமதித்தல் நல்ல பயனைத் தரும்.

4. இலக்கியல் நோக்கு அனைவரையும் ஒருங்கிணைக்கும்.

5. பெரும் பண பலம் இல்லை என்றாலும் கூட்டு முயற்சி மூலம் பெரும் சாதனைகள் படைக்க முடியும்.

வாழ்த்துகள்

நன்றி.

27. அண்ணா நகர் டவர் பூங்கா

செ‌ன்னையில் உள்ள பூங்காக்களை ஒருங்கிணைத்து, நிகழ்ச்சிகள் நடத்த வரையறைகளைத் தெளிவுபடுத்தி அரசே பணத்தை வசூலித்தால் பொதுமக்கள் பயன் அடைவர். அரசுக்கும் வருவாய் பெருகும்.

அண்ணாநகர் டவர் பூங்காவில் சென்ற வாரம் (26/8/2023 - 27/8/2023) தனியார் அமைப்பு ஒன்று ஒரு ஓவியக் கண்காட்சியை நடத்தியது. அந்தக் கண்காட்சிக்கு நானும் சென்று இருந்தேன்.

ஓவியக் கண்காட்சியைத் திறந்து வைக்க வருகை தந்த சென்னை மாநகராட்சி ஆணையர் திரு. ஜே. இராதாகிருஷ்ணனிடம் டவர் பூங்காவில் கண்காட்சி நடக்க தங்களுக்கும் பணம் தர வேண்டும் என்று அண்ணாநகர் பகுதியைச் சேர்ந்த சிலர் அவரிடம் அல்லது நிகழ்ச்சி நடத்தியவர்களிடம் பணம் கேட்டுள்ளனர்.

ஒரு பொது இடத்தில் நிகழ்ச்சி நடத்த அந்தப் பகுதிக் கவுன்சிலர், காவல் நிலையம், சுற்றுச்சூழல், தீயணைப்புத் துறை, சட்டமன்ற உறுப்பினர் என்று பலரிடம் தெரிவித்து விட்டு நிகழ்ச்சியை நடத்த வேண்டிய நிலை தற்போது உள்ளது.

சென்னை அண்ணாநகர் டவர் பூங்காவில் நடந்த நிகழ்வை ஒரு உதாரணமாக எடுத்துக் கொண்டு பொது இடங்களில் நிகழ்ச்சிகள் நடத்துவதைச் சீர் செய்தால் என்ன?

பொது இடங்களில் நிகழ்ச்சிகள் நடத்த பத்து அரசு அலுவலகங்களிலும், பலரிடமும் அனுமதி வாங்கும் தேவையில்லாமல், ஆன்லைனில் விண்ணப்பித்து, சுய சான்றளிப்பு (Self Attestation) அளித்து தமிழக அரசிடம் பணத்தைச் செலுத்தலாம்.

சென்னையில் உள்ள பூங்காக்களை ஒருங்கிணைத்து, நிகழ்ச்சிகள் நடத்த வரையறைகளைத் தெளிவுபடுத்தி அரசே பணத்தை வசூலித்தால் பொதுமக்கள் பயன் அடைவர். அரசுக்கும் வருவாய் பெருகும்.

நன்றி.

28. பாரத் - இந்தியா

வளரும் நாடாக இருக்கும் நாம், வளர்ந்த நாடாக மாற வேண்டும்; நம் மக்களின் வாழ்க்கைத் தரம் உயர வேண்டும். நம் கவனமும் செயல்பாடும் இதை நோக்கி இருத்தல் வேண்டும்

(2023ல் டெல்லியில் நடைபெற்ற ஜி-20 மாநாட்டிற்கு வந்த விருந்தினர்களை இரவு உணவுக்கு ராஷ்டிரபதி மாளிகைக்கு அழைக்கும் மடலில், பாரதிய குடியரசு தலைவர் அதாவது இந்திய குடியரசுத் தலைவர் என்பதற்கு பதிலாக பாரதிய குடியரசுத் தலைவர் என அச்சிடப்பட்டு வெளியிட்டது. இந்தியாவின் பெயர் பாரத் என்று மாற்றப்படும் கருத்து இருந்தது. இதற்கு ஆதரவாகவும்

எதிராகவும் பலர் தங்களது கருத்துக்களை X போன்ற சமூக வலைதளப் பக்கங்களில் பகிர்ந்தனர். இந்தச் சூழலில் எழுதப்பட்ட கடிதம்)

பாரத் - இந்தியா என்ற இரண்டு பெயர்களுக்கும் வரலாறு உண்டு.

இந்தியாவின் பெயர் மாற்றப்படுமா, படாதா என்பது இதுவரை நமக்குத் தெளிவாகத் தெரியாது. மகாபாரதத்தில் குறிப்பிடப்படும் பாரதவம்சம் பரத அரசனால் குறிப்பிடப்படுகிறது.

பரத அரசன் 5000 ஆண்டுகளுக்கு முன்னர் வாழ்ந்ததாக ஆய்வுகள் சொல்கின்றன. பாரதம் என்னும் பெயர் விஷ்ணுபுராணத்திலும் குறிப்பிடப்பட்டுள்ளது.

இதுபோல் இந்தியா என்ற பெயருக்கும் வரலாறு உண்டு. இண்டஸ் நதிக்கரையின் தெற்குப் பகுதியில் உள்ள மக்களை இந்தியர்கள் என்றும் அந்த நிலப்பரப்பை இந்தியா என்றும் அழைத்தனர். இந்தியா என்ற பெயர் தமிழில் இருந்து வந்தது என்றும் ஐந்திரன் என்ற பெயர் இந்திரனாக மாறி இந்திரர் நாடாகி பின் இந்திய நாடாகிறது என்று 1909ல் அயோத்திதாசர் எழுதியதாக மாநிலங்களவை உறுப்பினர் சு.வெங்கடேசன் கூறுகிறார்.

1996ல் மதராஸ் என்ற பெயர் சென்னை என்று மாறியது. தற்போது உள்ள தமிழின் நிலை தொடர்ந்து சென்னையில் தமிழின் பயன்பாடு மேலும் குறைந்தால் 2096ல் அல்லது 2196லோ சென்னையின் பெயர் மீண்டும் மாற்றப்பட்டாலும் ஆச்சரியம் ஒன்றும் இல்லை.

பெயர் மாற்றங்கள் ஒருவகையில் கால, அரசியல் மாற்றங்களைக் குறிக்கின்றன. பாரத் - இந்தியா, சில பிரச்சனைகளை அப்படியே விட்டு விடுவது நல்லது. புதுப் பிரச்சனைகளை உருவாக்காமல் இருப்பது அதைவிட நல்லது.

வளரும் நாடாக இருக்கும் நாம், வளர்ந்த நாடாக மாற வேண்டும். நம் மக்களின் வாழ்க்கைத் தரம் உயர வேண்டும். நம் கவனமும் செயல்பாடும் இதை நோக்கி இருத்தல் வேண்டும்.

நல்வழியில் பயணிப்போம்.

நன்றி.

29. கலைஞர் மகளிர் உரிமைத் திட்டம்

> உரிமைத் திட்டம் என்ற பெயரும், அனைத்துப் பெண்களுக்கும் ரூ.1000 கொடுக்காமல் தேவையான பயனாளர்களைத் தேர்வு செய்ததும் மிகவும் பாராட்டுக்குரியது.

கலைஞர் மகளிர் உரிமைத் திட்டத்தைச் செயல்படுத்திய தமிழக முதல்வருக்கும், தமிழக அரசுக்கும் பாராட்டுகள்.

அறிஞர் அண்ணா பிறந்த தினமான செப்டம்பர்-15ஆம் தேதி இந்தத் திட்டம் தொடங்கப்பட்டு, ஒரு கோடியே, 6 லட்சத்து 50 ஆயிரம் மகளிரின் வங்கிக் கணக்கில் ரூ.1000 செலுத்தப்பட்டுள்ளது. இந்தத் திட்டத்திற்கான வருட முதலீடு கிட்டத்தட்ட பன்னிரண்டாயிரம் கோடி ரூபாய்.

உரிமைத் திட்டம் என்ற பெயரும், அனைத்துப் பெண்களுக்கும் ரூ.1000 கொடுக்காமல் தேவையான பயனாளர்களைத் தேர்வு செய்ததும் மிகவும் பாராட்டுக்குரியது.

நம் முதல்வருக்கும், அவரின் குழுவிற்கும் வாழ்த்துகள்.

நன்றி.

நடந்தது என்ன?

பெண்களின் முன்னேற்றத்திற்காக மாதம் ஆயிரம் ரூபாய் வழங்கப்படும் திட்டம், மகளிர் உரிமைத்தொகை திட்டம்.

பின்னணித் தகவல்கள்:

* கலைஞர் மகளிர் உரிமைத் திட்டத்திற்கு 1.63 கோடி விண்ணப்பங்கள் பெறப்பட்டது. அதில் 1 கோடியே 6 லட்சத்து 50 ஆயிரம் மகளிருக்கு இந்தத் திட்டத்தின் கீழ் மாதம் ஆயிரம் வழங்கப்படும் என்று அறிவிக்கப்பட்டது. [ஆதாரம்:இந்தியன் எக்ஸ்பிரஸ்]

* விண்ணப்பித்த விண்ணப்பங்களை நேரில் சென்று உறுதிப்படுத்த நியாய விலை கடை ஊழியர்கள் நியமிக்கப்பட்டனர்.

* இந்தத் திட்டத்திற்கான விதிமுறைகள் மிகவும் நேர்த்தியாகக் கட்டமைக்கப்பட்டது, அதன் அடிப்படையில் நிதி உதவி தேவைப்படும் பயனாளர்களைத் தேர்வு செய்தது மிகவும் பாராட்டுதலுக்கு உரியது.

- இந்தத் திட்டத்தின் கீழ் நிராகரிக்கப்பட்ட விண்ணப்பங்களின் காரணங்கள் குறுஞ்செய்தி மூலமாக அனுப்பப்பட்டு, அந்தக் காரணம் சரி செய்யப்பட்டால் மீண்டும் அந்த விண்ணப்பம் பரிசீலிக்கப்படும் எனத் தமிழக முதல்வர் தெரிவித்துள்ளது மிகவும் வரவேற்கத்தக்கது.[ஆதாரம்: நியூஸ் 7]

விண்ணப்பிப்பதற்கானத் தகுதிகள்:

- விண்ணப்பதாரர் தமிழ்நாட்டின் நிரந்தரக் குடியிருப்பாளராக இருக்க வேண்டும்.

- விண்ணப்பதாரர் பெண்களாக இருக்க வேண்டும்.

- பெண் பயனாளி குடும்பத் தலைவராக இருக்க வேண்டும்.

- பெண்களின் வயது 21 வயதுக்கு மேல் இருக்க வேண்டும்.

- குடும்பத்தின் ஆண்டு வருமானம் ரூ.2,50,000/- க்கு குறைவாக இருக்க வேண்டும்.

- குடும்ப நிலம் இருந்தால், அது 5 ஏக்கருக்கும் குறைவான நன்செய் அல்லது 10 ஏக்கருக்கும் குறைவான புன்செய் நிலமாக இருக்க வேண்டும்.

- குடும்பத்தின் மின் நுகர்வு ஆண்டுக்கு 3600 யூனிட்டுகளுக்கு மேல் இருக்கக்கூடாது.

30. மகளிர் 33% இட ஒதுக்கீடு மசோதா

ஒரே இரவில் 500 ரூபாய் நோட்டுகள் செல்லாது என்று அறிவித்து நடைமுறைப்படுத்தும்போது மகளிர் 33% இடஒதுக்கீடு மசோதாவையும் உடனே நடைமுறைப்படுத்த முயற்சி மேற்கொள்ளலாம்.

வெற்றி பெறும் குழுக்களில் பெண்கள் இருப்பர். மகளிர் 33% இடஒதுக்கீடு மசோதா புதிதாகக் கட்டப்பட்ட நம் இந்திய நாடாளுமன்றத்தில் முதல் மசோதாவாக நிறைவேற்றப்பட்டுள்ளது. வாழ்த்துகள். ஆனால் இதை

நடைமுறைப்படுத்துவது 2029க்கு முன் இருக்காது என்று தெரிவிக்கப்பட்டுள்ளது.

மேற்கு வங்காளத்தில் இருந்து நம் நாடாளுமன்றத்தில் ஏற்கனவே 33% சதவிதத்திற்கு மேல் பெண்கள் உள்ளனர். நம் தமிழகத்தில் நாம் தமிழர் கட்சி தேர்தல்களில் 50% தொகுதிகளைப் பெண்களுக்கு ஒதுக்கீடு செய்கிறது. நல்லதை யார் செய்தாலும் அதுபோல் நாமும் செய்யலாம்.

ஒரே இரவில் 500 ரூபாய் நோட்டுகள் செல்லாது என்று அறிவித்து நடைமுறைப்படுத்தும் போது மகளிர் 33% இடமுதுக்கீடு மசோதாவையும் உடனே நடைமுறைப்படுத்த முயற்சி மேற்கொள்ளலாம்.

நம் தமிழகத்தில் அடுத்து வரும் தேர்தலில் தி.மு.க, அ.தி. மு.க உள்பட அனைத்துக் கட்சிகளும், 50% தொகுதிகளைப் பெண்களுக்கு ஒதுக்கி, 33%க்கு மேல் பெண்களை நாம் நாடாளுமன்றத்திற்கு அனுப்பலாம்.

இது பல நன்மைகளைத் தமிழகத்திற்கும், இந்தியாவிற்கும் பெற்றுத் தரும்.

நன்றி.

நடந்தது என்ன?

லோக்சபாவில் பெண்களுக்கான இடஒதுக்கீடு மசோதா நிறைவேற்றப்பட்டது, 2029க்கு முன் அமல்படுத்தப்படாது என உள்துறை அமைச்சர் அமித்ஷா உறுதியளித்தார். லோக்சபா (மக்களவை) மற்றும் மாநில சட்டப் பேரவைகளில் பெண்களுக்கு 33% இடஒதுக்கீடு வழங்குவதற்கான அரசியலமைப்பு (நூற்று இருபத்தி எட்டாவது திருத்தம்) மசோதா 2023, செப்டம்பர் 20 புதன்கிழமை மக்களவையில் நிறைவேற்றப்பட்டது. பெரும்பாலான எதிர்க்கட்சிகள் இந்த மசோதாவை கொள்கையளவில் ஆதரித்தன.

பின்னணித் தகவல்கள்:

* நாடாளுமன்றம் இரு அவைகள்:

    1. லோக்சபா - மக்களவை

    2. ராஜ்யசபா – மாநிலங்களவை

* 27 ஆண்டுகளாக நிலுவையில் உள்ள இந்த மசோதா, 2/3 பெரும்பான்மையுடன் நிறைவேற்றப்பட்டது - 454 உறுப்பினர்கள் ஆதரவாக வாக்களித்தனர் மற்றும் இரண்டு உறுப்பினர்கள் எதிராக வாக்களித்தனர். ஏழரை மணி நேரம் நீடித்த இந்த விவாதத்தில் 60க்கும் மேற்பட்ட எம்பிக்கள் பேசினர். [ஆதாரம்: த வயர்]

கடந்த தேர்தல்களும் பெண்களின் வெற்றியும்:

1952 தேர்தல் : 22 பெண்கள் / மொத்தம் 489

2004 தேர்தல் : 45 பெண்கள் / மொத்தம் 543

2014 தேர்தல் : 62 பெண்கள் / மொத்தம் 543

2019 தேர்தல் : 78 பெண்கள் / மொத்தம் 543

தீர்வு:

நாடாளுமன்றத்தின் இட ஒதுக்கீடு மசோதா நிறைவேற்றப்படும் வரை காத்திருக்காமல் ஒவ்வொரு அரசியல் கட்சியும் தேர்தலில் போட்டியிடும் போது, பெண்களுக்கு 50 சதவீதம் இட ஒதுக்கீடு செய்தால் பெரும் மாற்றங்களுக்கு வித்திடும்.

31. 50 ஆயிரம் பேருக்கு அரசு வேலை

> தமிழகத்தில் ஆட்சி மொழி தமிழ். T.N.P.S.C. தேர்வுகளைத் தமிழ் வழியில் எழுதுவோர்க்குப் பெரும் முன்னுரிமைக் கொடுத்துத் தேர்ந்தெடுத்தால் என்ன?

நம் தமிழக முதல்வர் அடுத்த 2 ஆண்டுகளில் 50 ஆயிரம் பேருக்கு அரசு வேலை என்று அறிவித்திருக்கிறார். பாராட்டுகள்.

தற்போது அரசுப் பணியாளர்களைத் தேர்வு செய்யும் T.N.P.S.C.ல் ஒரு சரியான கால அட்டவணை இல்லாமல் குழப்பமானச் சூழ்நிலை நிலவுகிறது. இதைச் சரி செய்தால் மிகவும் பயனுள்ளதாக இருக்கும்.

தமிழகத்தில் ஆட்சி மொழி தமிழ். இது பெயரளவில் மட்டும் இருந்து விடாமல், செயல்படுத்த T.N.P.S.C தேர்வுகளைத் தமிழ் வழியில் எழுதுவோர்க்கு 95% முன்னுரிமைக் கொடுத்துத் தேர்ந்தெடுத்தால் என்ன?

இதுபோல் செய்யும்போது தமிழ் வளரும். அடுத்து வரும் தலைமுறைகள் தமிழை ஆர்வத்துடன் படிப்பர். தமிழில் ஆராய்ச்சிகள் மேற்கொள்ளப்படும். தமிழ் படித்தோர்ச் செழிப்புடன் வளருவர். நம் கலாச்சாரமும் பாதுகாக்கப்படும்.

இந்தக் கோரிக்கையைத் தொலைநோக்குப் பார்வையுடன் பரிசீலித்துத் தக்க முடிவுகள் எடுத்தால் ஒரு பெரும் மாற்றத்திற்கு வித்திடும்.

நன்றி.

நடப்பது என்ன?

டிஎன்பிஎஸ்சி தேர்வு ஆங்கிலம் மற்றும் தமிழ் ஆகிய இரண்டு மொழிகளிலும் வினாத்தாள்கள் வழங்கப்பட்டு நடத்தப்படுகிறது. குரூப் 2 போன்ற தேர்வுகளில் 100 மதிப்பெண்களுக்குத் தமிழ் அல்லது ஆங்கிலம் என்று ஏதேனும் ஒரு மொழிப் பாடத்தைத் தேர்ந்தெடுத்து நல்ல மதிப்பெண்கள் பெற்றால், அரசு வேலை வாங்கி விடலாம். ஆங்கிலத்தில் பாடங்கள் குறைவு என்பதால் பெரும்பாலான மாணவர்கள் அதனைத் தேர்ந்தெடுத்துத் தேர்வினை எழுதுகிறார்கள்.

பின்னணிக் காரணங்கள்:

* சமீபத்தில் கட்டாயத் தமிழ் மொழித்தேர்வு கொண்டு வரப்பட்டது. அதில், 100 மதிப்பெண்ணுக்குக் குறைந்தபட்சம் 40 மதிப்பெண்கள் பெற்றால் மட்டுமே தகுதி பெறுவர். அதே சமயம் இந்த மதிப்பெண்கள் அவர்கள் தேர்ந்தெடுக்கப்படும் தகுதியை மட்டுமே தீர்மானிக்கும். அதில் அவர்கள் 41 மதிப்பெண் பெற்றாலும் 100க்கு 100 மதிப்பெண் பெற்றாலும் எந்த வேறுபாடும் இல்லை.

* டிஎன்பிஎஸ்சி குரூப் 4 மூலம் தேர்ச்சி பெற்ற 10,205 பேருக்குப் பணி நியமன ஆணைகளை வழங்கும் நிகழ்ச்சியில் முதல்வர் மு.க.ஸ்டாலின் பேசினார். அப்போது அரசுப் பணியாளர்களைத் தேர்வு செய்வதில் தமிழ்நாடு அரசு சிறப்பாகச் செயல்பட்டு வருவதாகவும், அடுத்த 2 ஆண்டுகளில் 50000 காலிப்பணியிடங்கள்

நிரப்பப்படும் என்றும் அவர் தெரிவித்தார். [ஆதாரம்: தினகரன்]

தீர்வு:

T.N.P.S.C. தேர்வுகளைத் தமிழ் வழியில் எழுதுவோர்க்கு 95% முன்னுரிமை கொடுத்து, 50,000 காலிப்பணியிடங்களுக்கான எண்ணிக்கையுடன் கூடிய தேர்வுக் கால அட்டவணையை வெளியிட்டு அதன்படி தேர்வுகள் நடத்தப்பட்டு விரைவாக பணி நியமனம் வழங்க வேண்டும்.

32. ஆசிரியர்கள்

> பள்ளிக் கல்வித் துறையிலும்,
> மற்றத் துறைகளிலும் வெளிப்படைத்
> தன்மையோடு அனைத்தையும்
> பகிரும்போது, ஆசிரியர்
> போராட்டங்களைத் தவிர்க்கலாம்.

(தமிழக அரசுப் பள்ளி ஆசிரியர்களுக்கு ஆண்டிற்கு ₹5.1 லட்சம் முதல் ₹12.0 லட்சம் வரை, சராசரியாக ஒரு ஆசிரியருக்கு மாதம் 50 ஆயிரம் முதல் ஒரு லட்சம் வரை சம்பளம் வழங்கப்படுகிறது. இப்படி ஒரு நிலை தமிழகப் பள்ளிகளில் நிலவும்போது, அதே வேலையைச் செய்யும் நிரந்தரமற்றப் பகுதி நேர ஆசிரியர்களுக்கு வெறும் ₹10,000 சம்பளம் என்பது மிகவும் குறைவானது. ஆசிரியர் தகுதித்தேர்வு எழுதித் தேர்ச்சி பெற்ற ஆசிரியர்களுக்குப் பணி ஆணை இன்னும் வழங்கப்படவில்லை. இதனால்

பகுதி நேர ஆசிரியர்கள், 12 நாட்களுக்கும் மேலாக சென்னையில் நிகழ்த்திய போராட்டத்தினை மையமாகக் கொண்டு எழுதப்பட்ட கடிதம். [ஆதாரம்: தினத்தந்தி])

தமிழகத்தில் மாணவர்களுக்குக் 'காலை உணவுத் திட்டம்' கொண்டு வந்த நம் முதல்வர்க்கு வாழ்த்துகள்.

இம்மாணவர்களுக்குப் பாடம் கற்பிக்கும் ஆசிரியர்களின் மகிழ்ச்சியும் வளர்ச்சியும் அவர்கள் செய்யும் வேலையிலும் பிரதிபலிக்கும்.

தமிழகத்தில்,

1. கிட்டத்தட்டப் பத்து வருடங்களுக்கு முன்னர் ஆசிரியர் தகுதித்தேர்வு எழுதித் தேர்ச்சிப் பெற்ற ஆசிரியர்களுக்குப் பணி ஆணைத் தேர்வும் நடத்தப்படவில்லை, பணி ஆணையும் வழங்கப்படவில்லை.

2. 2010 இல் ஒரே மாதத்தில் ஆசிரியர் பணியில் சேர்ந்தோர்க்கு ரூபாய் 20,000 வரை ஊதிய முரண்பாடு.

3. தொடக்கப் பள்ளி பகுதி நேர ஆசிரியர்களுக்கு ரூ.12,500 தான் சம்பளம்.

இது போன்ற சூழலுக்குப் பல காரணங்கள் இருக்கலாம். அவை நியாயமானதாகக் கூட இருக்கும்.

பள்ளிக் கல்வித் துறையிலும், மற்றத் துறைகளிலும் வெளிப்படைத் தன்மையோடு அனைத்தையும் பகிரும் போது, இது போன்ற பிரச்சனைகளைத் தவிர்க்கலாம்.

உதாரணமாக,

1. தமிழகத்தில் எத்தனை அரசுப் பள்ளிகள் மாவட்டம் தோறும் உள்ளன.

2. ஒவ்வொரு அரசுப் பள்ளியிலும் எத்தனை மாணவர்கள் பயிலுகின்றனர்.

3. எத்தனை ஆசிரியர்கள் ஒவ்வொரு அரசுப் பள்ளியிலும் உள்ளனர். ஆசிரியர் - மாணவர் விகிதம் என்ன?

4. ஒவ்வொரு வருடமும் ஆசிரியர் தேவை என்ன?

தரவுப் பகுப்பாய்வு தொழில்நுட்பத்தைப் பயன்படுத்தித் தரவை மாதம்தோறும் புதுப்பித்து அனைவருக்கும் எளிதில் புரியும்படி பள்ளிக் கல்வித்துறை இணையதளத்தில் வெளியிட வேண்டும்.

இந்த **வெளிப்படைத் தன்மை** ஒரு சிறந்த நிர்வாகத்தை உருவாக்கும். தற்போது நடக்கும் ஆசிரியர் போராட்டங்கள் நடக்காமல் இருக்கவும், மாணவர்கள், ஆசிரியர்கள், பெற்றோர், மக்கள், அரசு ஒருங்கிணைந்துச் செயல்படவும் வழி செய்யும்.

நன்றி.

33. சட்டசபை இருக்கை

பிரச்சனைகளை வாய்ப்புகளாக மாற்றுவோம்.

(புதியதாக மாற்றப்பட்ட எதிர்க்கட்சித் துணைத் தலைவருக்குரிய சட்டசபை இருக்கை அளிக்கப்படாமல், ஒரு சிக்கலாக நமது தமிழகச் சட்டமன்றத்தில் உள்ளது. இந்தச் சூழலில் எழுதப்பட்டக் கடிதம்)

நம் நாடாளுமன்றத்திலும், சட்டமன்றத்திலும் உறுப்பினர்களுக்கு இருக்கைகள், கட்சிவாரியாகவும் பெரும்பான்மை வாரியாகவும் ஒதுக்கப்படுகிறது.

நம் தமிழகச் சட்டமன்றத்தில், எதிர்க்கட்சித் துணைத் தலைவருக்காக ஒதுக்கப்பட்ட இருக்கையில் இன்னும் மாற்றம் செய்யாமல், இந்தப் பிரச்சனை தொடர்ந்து ஒரு சிக்கலாக உள்ளது. சென்ற வாரம் நடந்து முடிந்த சட்டப்பேரவைக் கூட்டத் தொடரிலும் இது எதிரொலித்தது.

ஆரோக்கிய விவாதம் நடத்தப்படாமல் நேரம் வீணடிக்கப்பட்டது. நம் சபாநாயகர் இதில் ஒரு முடிவை எடுக்காவிட்டால் அடுத்தமுறை கூடும் கூட்டத்திலும் நேரம் வீணடிக்கப்படலாம்.

நாம் பள்ளியில் படிக்கும் போது ஆறாம் வகுப்பில் இருந்து, பத்தாம் வகுப்பு வரை ஒரே இருக்கையில் அமர்ந்து படித்தால், பலதரப்பட்ட நண்பர்களுடன் பழகிக் கற்கும் வாய்ப்பு கிட்டாது. ஒவ்வொரு வருடமும் வகுப்பு மாறும் போது இருக்கையும் மாறும்.

தற்போது உள்ள எதிர்க்கட்சித் துணைத் தலைவர் இருக்கைப் பிரச்சனையை ஒரு வாய்ப்பாக பயன்படுத்தி 234 தமிழகச் சட்டசபை உறுப்பினர்களும் பழகும் வகையில் வருடா வருடம் சட்டசபை உறுப்பினர்கள் உட்காரும் முறையை மாற்றி அமைத்தால் என்ன? ஒரு சட்டப்பேரவை கூட்டத்தொடரில் ஆளுங்கட்சி உறுப்பினர்களுடன் எதிர்க்கட்சி உறுப்பினர்களும் கலந்து அமர்ந்தால் என்ன? இது போன்று ஒரு சோதனை முயற்சி செய்தால் நாம் கற்க நிறைய வாய்ப்பு உள்ளது.

மக்களின் பிரச்சனைகளைப் பேசி ஒரு தொலைநோக்குப் பார்வையுடன் செயல்படுத்தும் இடம், சட்டமன்றம். அதில் உறுப்பினர்கள் பங்கேற்கும் நேரத்தை வீணடிக்காமல், ஆரோக்கிய விவாதம் செய்து அனைவரும் கற்கும் வகையில் ஒரு முன்மாதிரி சட்டமன்றத்தை உருவாக்குவோம்.

பிரச்சனைகளை வாய்ப்புகளாக மாற்றுவோம்.

நன்றி.

34. லியோ

> குறைந்தபட்ச அரசு,
> அதிகபட்ச ஆட்சி என்பதை
> நடைமுறைப்படுத்தினால் நிர்வாகம்
> மேலும் சிறக்கும்.

நடிகர் விஜய் நடிப்பில், லியோ திரைப்படம் அக்டோபர் 19 ம் தேதி காலை 9 மணிக்கு தமிழகத்தில் வெளியானது. திரைப்படத்தின் தயாரிப்பாளர்கள் நீதிமன்றத்தை நாடி காலை 4 மணி காட்சிக்கு அனுமதி வேண்டினர். தமிழக அரசு அக்டோபர் 19 முதல், 24 வரை தினசரி 5 காட்சிகளுக்கு, காலை 9 மணி முதல் திரையிட அனுமதி அளித்து, காலை 4 மணி காட்சிக்கு அனுமதி மறுத்தது. இதே திரைப்படத்திற்கு ஆந்திரா காலை 5 மணிக்கும் கர்நாடகா காலை 4 மணிக்கும் புதுச்சேரி காலை 7 மணிக்கும் திரையிட அனுமதி அளித்துள்ளன.

அரசுக்கு இருக்கும் எத்தனையோ வேலைகளில் ஒரு திரைப்படம், 4-காட்சிகளா? 5-காட்சிகளா? என்பதில் எல்லாம் கவனம் செலுத்தாமல் இருந்தால் என்ன? ஒரு திரைப்படத்தின் வர்த்தகம், மக்கள் வரவேற்பு, போன்றவற்றை வைத்து அத்திரைப்படக் குழுவினர், திரையரங்க உரிமையாளர்கள் பாதுகாப்பு போன்றவற்றைக் கருத்தில் கொண்டு அவர்களே முடிவு எடுத்துக்கொண்டால் என்ன?

இதுபோல் செய்யும் போது அரசு மற்றும் நீதிமன்றங்களின் வேலை குறையும். ஒவ்வொரு அனுமதிக்கும் நாம் அரசை நாடும் தேவை இருக்காது. அரசு உதவ நினைத்தால் திரைப்படங்கள் திரை அரங்குகளில் வெளியிடும் முறையை எளிமைப் படுத்தலாம்.

குறைந்தபட்ச அரசு, அதிகபட்ச ஆட்சி என்பதை நடைமுறைப்படுத்தி எளிதாக்கினால் நிர்வாகம் மேலும் சிறக்கும்.

நன்றி.

35. இஸ்ரேல் ஹமாஸ் போர்

> நாமும் நமக்குப் பின்வரும் தலைமுறையினரும் ஒரு சிறப்பான வாழ்க்கை வாழ போர் வழி செய்யாது. இஸ்ரேல் பாலஸ்தீனத்தில் நடக்கும் பிரச்சனை நாளை நமக்கும் நிகழலாம்.

காசா பகுதியில் இஸ்ரேல் பாலஸ்தீனத்துக்கு இடையிான ரத்தப் போர் ஆண்டாண்டு காலமாக தொடர்ந்து கொண்டிருக்கிறது. முதல் உலகப் போருக்குப் பின் 1920 களில் பிரிட்டனின் கட்டுப்பாட்டுக்குள் பாலஸ்தீனம் வந்தது. இதில் இஸ்லாமியர்கள் பெரும்பான்மையராக இருக்க ஹிட்லரின் ஆட்சியிலிருந்து தப்பிப் புலம் பெயர்ந்தவர்களாக யூதர்கள் சிறுபான்மையினராக வாழ்ந்து வந்தனர்.

நாளடைவில் பாலஸ்தீனத்திலிருந்து யூதர்களுக்குத் தனிநாடு வேண்டும் என்று பிரிட்டனிடம் யூதக் குழுக்களால் கோரிக்கை வைக்கப்பட்டது. இரண்டாம் உலகப் போர் முடிந்து மூன்று ஆண்டுகளுக்குப் பிறகு 1948ஆம் ஆண்டு மே - 14 ம் தேதி இஸ்ரேல் என்ற நாடு உருவானது. யூத, அரபுப்பகுதி என பாலஸ்தீனம் பிரிக்கப்பட்டது. காலப்போக்கில் ஜெருசலேம் இஸ்ரேலின் தலைநகரம் ஆனது. இதனைப் பாலஸ்தீனம் ஏற்கவில்லை.

காசா என்பது பாலஸ்தீனத்தில் தன்னாட்சி பெற்ற ஒரு பகுதி. ஹமாஸ் என்னும் அமைப்பினரால் கட்டுப்படுத்தப்பட்டு வருகிறது. அக்டோபர் 7, 2023 அன்று இஸ்ரேலுக்கு எதிராக காசா பகுதியிலிருந்துத் தாக்குதல் மற்றும் படையெடுப்பை ஹமாஸ் தொடங்கியது. இஸ்ரேலும் பதில் தாக்குதல் தொடங்கியது.

பாலஸ்தீனத்தின் அரசியலமைப்பு வரைபடம்
(மூலம்:வேர்ல்டு அட்லஸ்)

தற்போது நடக்கும் இப்போரில் இதுவரை 8000க்கும் மேற்பட்டோர் கொல்லப்பட்டுள்ளனர். இதில் 2000 க்கும் மேல் குழந்தைகள் என்று கூறப்படுகிறது.

நம் வீட்டின் நிலப்பரப்பில் பக்கத்து வீட்டுக்காரர் எல்லைச்சுவர் எழுப்பினாலோ, நாம் வாங்கிய இடத்தை ஒருவர் ஆக்கிரமித்தாலோ கோபம் வரத்தான் செய்யும். அந்த நிலக்கோபம் சில நேரங்களில் நிலச் சண்டையாக மாறி உயிர்ப் பறிப்புகளும் நடக்கும். இதை நாம் உள்ளூரில் பார்த்து இருப்போம்.

பல நூறு ஏக்கர் நிலம் வைத்திருப்போர், சில தலைமுறைகளுக்குப் பின் சிறுநிலம் கூட இல்லாமல் இருப்பதையும் நாம் கேள்விப்பட்டிருப்போம்.

நாம் நம் பக்கத்து வீட்டுக்காரரிடம் சண்டையிட்டால் என்றும் பிரச்சனை தான். அதே நேரத்தில் நாம் நம் வீட்டிற்கு அருகில் இருப்பவர்களிடம் அன்பாக இருந்தால், நமக்கு மட்டும் இல்லாமல் நம் பிள்ளைகளுக்கும் அது சிறப்பானதாக இருக்கும். அதுபோல் நாம் அண்டை நாடுகளோடு நட்புறவோடு இருந்தால் தான், நம் நாடு வளர்ச்சி அடையும்.

தற்போது நடைபெறும் இஸ்ரேல் ஹமாஸ் போரில் யார் வெற்றி பெற்றாலும் இன்னும் ஒரு 500 வருடங்களுக்குப் பின் இதே வெற்றி நிலைக்கும் என்று கூற இயலாது. உலகில் எது ஒன்றும் நிரந்தரம் இல்லை. போரினால் பயன் அடைவோர் ஆயுதங்கள் தயாரிக்கும் நிறுவனங்கள் தான்.

நாமும் நமக்குப் பின் வரும் தலைமுறையினரும் ஒரு சிறப்பான வாழ்க்கை வாழப் போர் வழி செய்யாது. இஸ்ரேல்

பாலஸ்தீனத்தில் நடக்கும் பிரச்சனை நாளை நமக்கும் நிகழலாம்.

தற்போது நடந்து வரும் போரினைத் தடுத்து நிறுத்த ஐக்கிய நாடுகள் சபை மற்றும் அனைத்து நாடுகளும் உரிய முயற்சிகள் எடுக்க வேண்டும். வேற்றுமையில் ஒற்றுமை காண்போம்.

நன்றி.

நடந்தது என்ன?

அக்டோபர் 7, 2023 அன்று இஸ்ரேலுக்கு எதிராக காசா பகுதியிலிருந்துத் தாக்குதல் மற்றும் படையெடுப்பை ஹமாஸ் தொடங்கியது. இஸ்ரேலும் பதில் தாக்குதல் தொடங்கியது. [ஆதாரம்:இந்து தமிழ் திசை]

பின்னணித் தகவல்கள்:

- குறைந்தது 44 நாடுகள், பெரும்பாலும் மேற்கத்திய நாடுகள், ஹமாஸைக் கண்டனம் செய்தன. அமெரிக்கா, ஐக்கியப் பேரரசு (UK), பிரான்ஸ், இத்தாலி மற்றும் ஜெர்மனியின் கூட்டு அறிக்கை, ஹமாஸின் நடத்தையைப் பயங்கரவாதம் என்று வெளிப்படையாகக் கண்டனம் செய்தது. சவூதி அரேபியாவின் வெளியுறவு அமைச்சகம், "காசா மீதான இஸ்ரேலின் ஆக்கிரமிப்பு மேலும் வன்முறையைத் தூண்டும் என்று எச்சரித்தது." [ஆதாரம்: புதிய தலைமுறை]

36. கீழடி

> அரசு கட்டும் ஒவ்வொரு கட்டிடத்தின் தரமும் உறுதியானதாக இருக்க உரிய நடவடிக்கை எடுத்து வெளிப்படைத் தன்மையோடு செயல்படுத்தினால் மிகவும் சிறப்பாக இருக்கும்.

மதுரை அருகில் இருக்கும் கீழடி அருங்காட்சியகத்துக்குச் சென்ற மாதம் சென்று இருந்தேன். நான் சென்றபோது அருகில் இருக்கும் பள்ளிகளில் இருந்து நூற்றுக்கும் மேற்பட்ட மாணவர்கள் வந்திருந்தனர். கீழடி ஒரு சுற்றுலாத் தளமாக மாறி வருகிறது. கட்டிடத்தின் வடிவமைப்பு மிகவும் சிறப்பாக உள்ளது. தமிழக அரசுக்கு வாழ்த்துகள்.

2 ஏக்கர் பரப்பில், 31 ஆயிரம் சதுர அடியில் சுமார் 18 கோடியே 43 லட்ச ரூபாய் செலவில் கீழடி அருங்காட்சியகம் அமைக்கப்பட்டு நம் முதல்வரால் மார்ச் மாதம் 5ஆம் தேதி திறக்கப்பட்டது.

6 மாதத்தில் பழுதடைந்தக் கழிவறை

நூற்றுக்கணக்கானோர் வந்து செல்லும் பொதுஇடங்கள் கட்டும்போது கட்டிடத் தரம், கழிவறை வடிவமைப்பு (Toilet Design) போன்றவற்றை உறுதி செய்வது அவசியம். உதாரணமாகக் கீழடியில் இருக்கும் கழிவறையை ஒரு சமயத்தில் ஒருவர்தான் பயன்படுத்த இயலும்.

அருங்காட்சியகக் கழிவறை அருகில் இருக்கும் தரைப் பதிப்புகள் (Tiles), கட்டிடம் திறந்து ஆறு மாத காலத்தில் உடைந்து காட்சியளிக்கின்றன.

மார்ச் 5, 2023 அன்று ஒளிரும் தோற்றத்துடன் புதிதாகத் திறக்கப்பட்ட கீழடி அருங்காட்சியகம் | படம்: ஜி. மூர்த்தி

இதுபோல் இல்லாமல் அரசு கட்டும் ஒவ்வொரு கட்டிடத்தின் தரமும் உறுதியானதாக இருக்க உரிய நடவடிக்கை எடுத்துச் செயல்படுத்தினால் மிகவும் சிறப்பாக இருக்கும்.

நன்றி.

37. இனிய தீபாவளி வாழ்த்துகள்

நம் குடும்பங்களில் ஆங்காங்கே இருக்கும் இருள் நீங்கி தீப ஒளி வீசட்டும்.

ஒளி தரும் நாள் தீபாவளி.

உலகில் ஆங்காங்கே இருக்கும் இருள் (போர்) நீங்கி எங்கும் தீப ஒளி பரவட்டும்.

நம் நாட்டில் அனைவருக்கும் தரமான வாழ்வு அமையட்டும்.

நம் குடும்பங்களில் ஆங்காங்கே இருக்கும் இருள் நீங்கி தீப ஒளி வீசட்டும்.

நம் வாழ்வும் சிறக்கட்டும்.

அதற்கு உரிய முயற்சிகள் எடுப்போம்.

இனிய தீபாவளி வாழ்த்துகள்

நன்றி.

ஞாயிறு கடிதம்   12/11/23

இனிய தீபாவளி வாழ்த்துகள்

ஒளி தரும் நாள் தீபாவளி.

உலகில் ஆங்காங்கே இருக்கும் இருள் (போர்)
நீங்கி எங்கும் தீப ஒளி பரவட்டும்.

நம் நாட்டில் அனைவருக்கும் தரமான வாழ்வு
அமையட்டும்.

நம் குடும்பங்களில் ஆங்காங்கே இருக்கும்
இருள் நீங்கி தீப ஒளி வீசட்டும்.

நம் வாழ்வும் சிறக்கட்டும்.

அதற்கு உரிய முயற்சிகள் எடுப்போம்.

இனிய தீபாவளி வாழ்த்துகள்

நன்றி

கார்த்திக் சிதம்பரம்

38. அரசுப் பேருந்துகளில் தமிழ்

> தமிழை ஆட்சி மொழியாகக் கொண்ட தமிழகத்தில், தமிழ்நாடு முழுக்கப் பயணிக்கும் அரசுப் பேருந்துகளைத் தமிழை வளர்க்க ஒரு வாகனமாகப் பயன்படுத்தலாம்.

தமிழ்நாடு அரசின் சென்னை அரசுப் பேருந்து விளம்பரங்களில் தமிழைத் தமிழில் எழுதாமல் ஆங்கில எழுத்துகளைக் கொண்டு எழுதி இருக்கும் விளம்பரங்களை நாம் பார்க்கமுடியும்.

நம் அழகுத்தமிழை, நம் அழகுத்தமிழ் எழுத்துகள் அல்லாமல் ஆங்கிலத்தில் எழுதும் விளம்பரங்களை அரசுப் பேருந்துகளில் அனுமதித்தல் கூடாது.

தமிழை ஆட்சி மொழியாகக் கொண்ட தமிழகத்தில் தமிழ்நாடு முழுக்கப் பயணிக்கும் அரசுப் பேருந்துகளைத் தமிழை வளர்க்க ஒரு வாகனமாகப் பயன்படுத்தலாம்.

விளம்பரத்துடன் கூடிய தமிழ்நாடு அரசுப் பேருந்து
(சென்னை அண்ணா நகரில் எடுத்த படம்)

தமிழ் விளம்பரங்களைத், தமிழில் தமிழ் எழுத்துகளைக் கொண்டு எழுதும் விளம்பரங்களை அரசுப் பேருந்துகளில் வளர்ப்பதன் மூலம் தமிழ் சார்ந்த பொருளாதாரம் வளரும்.

தமிழும் வளரும்.

நன்றி.

39. என்.ஐ.டி. தமிழ்மன்றம்

மொழி மூலம் பொருள் ஈட்டுதல்
ஒரு மொழியை வளர்க்கும்.
தமிழையும் பொருளையும்
இணைக்கும் முயற்சி பொருட்பால்.

மொழி மூலம் பொருள் ஈட்டுதல் ஒரு மொழியை வளர்க்கும். தமிழையும் பொருளையும் இணைக்கும் முயற்சி தான் **பொருட்பால்.** கடந்த வாரம் (18/11/23) **தேசியத் தொழில்நுட்பக் கல்லூரி (NIT)** - திருச்சி தமிழ் மன்றம் நிகழ்ச்சியில் சிறப்பு விருந்தினராகக் கலந்து கொள்ளும் வாய்ப்பைப் பெற்றேன்.

1969ல் தொடங்கப்பட்ட NIT திருச்சியின் தமிழ் மன்றம் முழுக்க முழுக்க மாணவர்களால் முன்னெடுத்து

நடத்தப்படுகிறது. நித்திலம் இதழ் வெளியீடும், பொருட்பால் கருத்தரங்கமும் நடைபெற்றது.

கல்லூரிச் சூழல், மாணவர்களிடம் உரையாடியது மிகுந்த மகிழ்ச்சியையும், கற்றலையும் தந்தது. மாணவர்களால் நடத்தப்படும் தமிழ் மன்ற நிகழ்ச்சியை மிகச் சிறப்பாக நடத்திய தலைவர் தமிழ் மன்றத் தலைவர் அருண்பிரபாகர், பொதுச் செயலாளர் யுகேந்தர், பொருளாளர் நரேன், துணைத் தலைவி புகழரசி மற்றும் அனைத்து மாணவ மாணவிகளுக்கும் பாராட்டுகள்.

திருச்சிராப்பள்ளி தேசியத் தொழில்நுட்பக் கழகத்தின் தமிழ் மன்றம் சார்பில் நடைபெற்ற பொருட்பால் மற்றும் நித்திலம் இதழ் வெளியீட்டு விழா நரேன், புகழரசி, கார்த்திக் சிதம்பரம், எழுத்தாளர் என்.சொக்கன், தொல்லியல் ஆய்வாளர் வே.இராஜகுரு, அருண்பிரபாகர், யுகேந்தர் (இடமிருந்து வலமாக)

இது போன்று தமிழ் மன்றங்கள், தமிழகத்தின் அனைத்துப் பள்ளி, கல்லூரிகளிலும் நடத்தப்பட வேண்டும். குறிப்பாக அனைத்து சிபிஎஸ்இ (CBSE) பள்ளிகளிலும் நடத்தப்பட வேண்டும். தமிழ் மூலம் பொருள் ஈட்ட வேண்டும்.

நன்றி.

40. மழையும் சாலையும்

ஒவ்வொரு முறையும் தமிழகத்தில் மழை பெய்யும் போது தமிழகச் சாலைகளில் நீர் தேங்குவது ஏன்? இந்த நிலைக்கு மழை காரணமா? அல்லது நம் தரமற்ற சாலைகளும், முறையற்ற பராமரிப்பும் காரணமா?

(2023 டிசம்பர் மாதத்தில் சென்னையில் ஏற்பட்ட கனமழையினால், பெரும்பாலான இடங்களில் வீடுகளுக்குள் மழை நீர் புகுந்து மக்களின் இயல்பு வாழ்க்கை பாதிக்கப்பட்டது. அச்சமயத்தில் எழுதிய கடிதம்)

ஒவ்வொரு முறையும் தமிழகத்தில் மழை பெய்யும்போது தமிழகச் சாலைகளில் நீர் தேங்குவது ஏன்? நகரத்தில் மழை

என்றவுடன் நம் நினைவுக்கு வருவது, சாலைகளில் நீர்த் தேக்கமும், அதனால் ஏற்படும் பெரும் அவதியும் தான். இந்த நிலைக்கு மழை காரணமா? அல்லது நம் தரமற்ற சாலைகளும், முறையற்ற பராமரிப்பும் காரணமா?

தமிழகத்தில் 2021-22ல் சாலைகள் மற்றும் பாலங்கள் பராமரிப்புக்காக நாம் செலவழித்தத் தொகை ரூ 694.63 கோடி. 2022-23ல் ரூ765.36 கோடி ஒதுக்கீடு செய்யப்பட்டுள்ளது. சாலைகள் மற்றும் பாலங்கள் மூலதனச் செலவுக்காக ரூ.17,421 கோடி ஒதுக்கீடு செய்யப்பட்டுள்ளது.

நம் தமிழகத்தில் சென்னையில் மட்டும் இல்லாமல், பெருநகரங்கள், கிராமங்களில் போடப்படும் சாலைகளின் தரம், இரண்டு முறை கடுமையான மழை பெய்தாலே ஆங்காங்கே குண்டும் குழியும் ஏற்படும் நிலையில் தான் உள்ளன.

நம் குடிமுறைப் பொறியியல் (Civil Engineering) பாடப் புத்தகங்களில் மழைப்பொழிவு ஏற்படும்போது மழைநீர் எங்கும் தேங்காத வகையில் சாலைகளில் ஒரு சிறிய அளவு சரிவினை ஏற்படுத்தி, சாலையின் இரு புறங்களில் நீர் சென்று சேரும் வகையில் கட்டமைக்கப்பட வேண்டும் என்று தெளிவான வழிமுறைகளைத் தந்துள்ளனர். அதுபோல் சாலையின் இருபுறமும், கழிவுநீர் மற்றும் மழைநீர் செல்ல ஏதுவானப் பாதைகள் அமைக்க வேண்டும்.

சரியான வடிகால் அமைப்பு (Drainage System), சரியான சாலைகள் அமைப்பு மூலம் இரண்டு மூன்று நாட்கள்

கடும்மழை பெய்தாலும் சாலைகளில் ஒரு சொட்டு நீர் கூட தேங்காத வண்ணம் பார்த்துக் கொள்ள முடியும்.

சிங்கப்பூர் போன்ற நாடுகளில் அதிக மழைப்பொழிவு இருந்தாலும் அந்நாட்டின் சாலைகளும், வடிகால் அமைப்பும் மிகவும் தரமானதாக உள்ளதை நாம் பார்க்க முடியும். நம் நாட்டில் மக்கள்தொகையும், வாகனப்பயன்பாடும் ஒரு காரணமாக இருந்தாலும் அதற்குத் தகுந்தவாறு நாம், நம் சாலைகளின் தரத்தை உயர்த்த வேண்டும்.

மழை நீர் சாலைகளில் தேங்கும் போது, நல்ல நீரில் மட்டுமே பரவக் கூடிய டெங்கு போன்ற பல கொசுக்கள் மூலம் பரவும் நோய்களும் பரவுகின்றன. இதனால் மக்களுக்கு உடல்நலச் சுமையோடு, நேரச் சுமை, பொருளாதாரச் சுமை ஏற்படுகிறது.

இன்னும் எத்தனை காலம், நாம் இதே நிலையில் தொடர முடியும்? இந்த நிலையைச் சரி செய்ய நம் அரசு தொலைநோக்குப் பார்வையோடு சிந்திப்பதோடு மட்டுமல்லாமல் அதற்குச் செயல் வடிவம் கொடுத்து, வெளிப்படைத் தன்மையோடு செயல்படுத்திப் பணத்தைப் பார்த்துப் பார்த்துச் செலவு செய்து தமிழகச் சாலைகளின் தரத்தையும், வடிகால் அமைப்பின் தரத்தையும் மேம்படுத்துவது அவசியம்.

தரமான சாலைகள்

வளமான தமிழகம்

நன்றி.

41. சென்னை

ஒவ்வொரு முறை சென்னையில் மழை பெய்யும் போது, நாம் ஏன் இவ்வளவு சிரமப்படவேண்டும்?

ஒவ்வொரு முறை சென்னையில் மழை பெய்யும்போது நாம் ஏன் இவ்வளவு சிரமப்படவேண்டும்? மழை வீட்டில் புகுந்து, மழை நீருடன், சாக்கடை நீர் கலந்து சுகாதாரச் சுமை ஏற்பட்டு, வாகனங்கள் பழுதடைந்து இதற்கெல்லாம் யார் செலவு செய்வது?

நீங்கள் வசிக்கும் தெருக்களில் கடந்த ஒரு வருடத்தில் சாலைகள் போடப்பட்டிருந்தால் அந்தச் சாலைகள் தரமானதாக இருக்கிறதா?

ரூ.2000 கோடியோ, ரூ.4000 கோடியோ இவ்வளவு செலவு செய்தும் ஏன் இந்த நிலை? நேர்மையும், வெளிப்படைத்தன்மையும் இல்லாதது தான். இது பற்றி

Youtube தளத்தில் (chatwithKC) நேற்று வெளியிட்ட காணொளியையும் பாருங்கள்.

இந்த முறை தவறு செய்து விட்டோம். ஆனால் அடுத்த முறை புயல் வரும் போது ஒரு சொட்டுத் தண்ணீர் கூட வீட்டில் புகாத வண்ணம், வடிகால் அமைப்புகளைச் சரி செய்து, சாலைகளின் தரத்தை உயர்த்துவது அரசு மற்றும் நம் அனைவரின் கடமை.

அதற்குரிய முயற்சிகளை எடுத்து நேர்மையுடனும், வெளிப்படைத் தன்மையுடனும் செயல்படுத்துதல் வேண்டும்.

நன்றி.

நடந்தது என்ன?

2023 டிசம்பர் மாதத்தில் சென்னையில் மிக்சாம் புயல் காரணமாகச் சென்னை மற்றும் அதனைச் சுற்றியுள்ள மாவட்டங்களில் மிக அதிக கனமழை பெய்தது.

பின்னணித் தகவல்கள்:

* மிக்சாம் புயல் மழையின் மூலம், மற்ற ஆண்டுகள் மழைப்பொழிவை விட 29% அதிக மழைப்பொழிவைத் தமிழகம் பெற்றுள்ளது. [ஆதாரம்:இந்தியா டுடே]

* இந்திய வானிலை ஆய்வுமையம் தகவல்படி, பூந்தமல்லியில் டிசம்பர் 4-5ஆம் தேதிக்கு இடையில் அதிகபட்சமாக 34 செ.மீ., திருவள்ளூர் மாவட்டம் ஆவடியில் 28 செ.மீ மழையும், செங்கல்பட்டில் உள்ள தாம்பரத்தில் 24 செ.மீ மழையும், காஞ்சிபுரம் செம்பரம்பாக்கத்தில் 21 செ.மீ மழையும் பதிவாகியுள்ளது. [ஆதாரம்:தி நியூஸ் மினிட்]

* தமிழக முதல்வர் மு.க.ஸ்டாலின் அவர்கள் அளித்த பேட்டியில், இந்த மிக்சாம் புயல் மழையானது 47 ஆண்டுகளுக்கு முன்பு பெய்த அளவு கன மழை பெய்தது எனத் தெரிவித்திருந்தார். [ஆதாரம்: இந்துஸ்தான் டைம்ஸ்]

* தமிழக அரசுக்கு 5060 கோடி புயல் சேத நிவாரணமாக மத்திய அரசாங்கம் வழங்கிட வேண்டி தமிழக முதல்வர் வேண்டுகோள் விடுத்துள்ளார். [ஆதாரம்: நியூஸ் 7]

தீர்வு:

மழைநீர் வடிகால் அமைப்புகளைச் சரிசெய்து, சாலைகளின் தரத்தை உயர்த்தி, நேர்மையுடனும், வெளிப்படைத் தன்மையுடனும் திட்டங்களைச் செயல்படுத்துதல் வேண்டும்.

42. மாமல்லபுரம் - ₹75

இந்தியாவில் இருக்கும் உலகப் புகழ் பெற்ற நம் மாமல்லபுரம் செல்ல நாம் ஏன் நுழைவு வரி கட்டவேண்டும்?

ஒரு வருடத்தில் 8 கோடிக்கும் மேல் மக்கள் மாமல்லபுரம் சுற்றுலாத் தலத்திற்கு வருகின்றனர். மூன்று வாரங்களுக்கு முன்னால் நம் மாமல்லபுரம் சென்றிருந்தேன்.

மாமல்லபுரச் சாலையில் ஒருவர் வாகனத்தை நிறுத்தி ரூ.75 தர வேண்டும். பணம் கொடுத்தால் தான் நீங்கள் செல்ல முடியும். இது அரசு விதித்த வரி என்றார். வேறு வழி இல்லாமல் பணத்தைக் கொடுத்தோம்.

மாமல்லபுரத்தில் இருந்து மறுபடியும் சென்னை வர ஓலா தேவைப்பட்டது. வாகனம் உள்ளே வந்து அழைத்துச் செல்ல

மீண்டும் ரூ 75. ஒவ்வொரு வாகனமும் ரூ 75 கொடுத்தால் தான் மாமல்லபுரச் சாலையில் அனுமதிக்கப்படும்.

அவர்கள் கொடுத்த இரசீதில் G.O. No. 90/2023 என்று இருந்தது. இணையத்தில் தேடிப் பார்த்தால் தெளிவு இல்லை.

ஒவ்வொரு முறை நாம் மாமல்லபுரம் செல்லும் போது ஏன் ரூ.75 தர வேண்டும்? இதுவரை இது போல் எவ்வளவு பணம் வசூலிக்கப்பட்டுள்ளது? அதனால் வந்த பயன் என்ன போன்றவற்றைத் தெளிவாகத் தெரிவித்தால் மாமல்லபுரம் செல்வோருக்கும், அங்கு வசிப்போருக்கும் மிகவும் பயனுள்ளதாக இருக்கும்.

இந்தியாவில் இருக்கும் உலகப் புகழ் பெற்ற நம் மாமல்லபுரம் செல்ல நாம் ஏன் நுழைவு வரி கட்டவேண்டும்? மாமல்லபுரம் நுழைவு வரி வசூலிப்பதை நிறுத்த ஆவன செய்ய வேண்டும். இச்செய்தியைப் பகிருங்கள். மாமல்லபுரம் நுழைவு வரி வசூலிப்பதை நிறுத்துவோம்.

நன்றி.

நுழைவுக் கட்டண ரசீது

நடந்தது என்ன?

மாமல்லபுரத்திற்குள் நுழைய ரூபாய் 75 ஐ, பேரூராட்சி நுழைவு வரிக் கட்டணமாக வசூலிக்கப்பட்டது. ஆனால் அதன் வழியாக சுற்றுலாத் தலத்திற்குச் செல்லாமல் சென்றால் கூட நுழைவு வரியைக் கட்ட வேண்டும்.

பின்னணிக் காரணங்கள்:

*   அரசாணை 90/2023 பற்றி அரசு இணையத்தில் தேடிப் பார்த்தவரை தெளிவு இல்லை. [ஆதாரம்: தமிழக அரசின் வலைதளம்]

ABSTRACT

Motor Vehicles – Curriculum for imparting training to the candidates to drive E-rickshaw/E-Cart vehicles in the State – Approved – Orders - Issued.

Home (Transport.III) Department

G.O.(Ms).No.90

Dated: 01.03.2023
சுபகிருது வருடம், மாசி-17ம் நாள்
திருவள்ளுவர் ஆண்டு -2054

Read:

From the Transport Commissioner, Commissionerate of Transport & Road Safety chennai, letter R.No.21189/ HB1/2022, dated:27.06.2022 and 25.08.2022.

******

ORDER:

The Transport Commissioner in his letter read above, has stated that the Government of India has made certain amendments to the Central Motor Vehicles Rules, 1989 creating new categories of Transport Vehicles i.e., E-rickshaw (seating capacity 5 in all) and E-cart (battery operated vehicles) for the purpose of carrying passengers with their luggage and for carrying goods.

The Transport Commissioner has stated that as per Rule 2(cb) of the Central Motor Vehicle Rule 1989, **"E-rickshaw"** means a special purpose battery operated vehicle having three wheels and intended to provide last mile connectivity for transport of passengers for hire or reward. The **E-rickshaw** vehicles have not yet been registered in the State of Tamil Nadu.

As per rule (cc) of the Central Motor Vehicle Rule, 1989 **"E-cart"** means a special purpose battery operated vehicle having three wheels and intended to provide last mile connectivity for carrying goods for hire or reward.

2. The Transport Commissioner has also stated that, URBASER Sumeet Urban Services (Chennai)II Pvt Ltd, Chennai, has requested to provide training for the candidates who applied for license to drive "E-rickshaw" /"E-cart" for their own recruited candidates.

3. The Transport Commissioner has further stated that as per rule 8A of the Central Motor Vehicle Rules, 1989 every applicant for obtaining a license to drive E-rickshaw or E-cart shall undergo training for a period of at least ten days, the curriculum for which may be prescribed by the State Government and shall obtain a certificate of training from any institution authorized by the State Government and hence stated that the curriculum for the training of E-rickshaw and E-cart has to be prescribed.

4. The Transport Commissioner has drafted the curriculum and requested the Government to approve the curriculum for giving training to the candidates for driving E-Rickshaw/E-Cart by the authorized institutions.

5. The Government after careful examination have decided to accept the proposal of the Transport Commissioner and accordingly approve the curriculum annexed to this order for giving training to the candidates for driving E-Rickshaw/E-Cart in the State and the Institutions to provide the training will be decided at the level of Transport Commissioner.

(BY ORDER OF THE GOVERNOR)

K.PHANINDRA REDDY
ADDITIONAL CHIEF SECRETARY TO GOVERNMENT

அரசாணை எண். 90/2023

பின்வரும் விதிகள் மாமல்லபுரத்திற்குப் பொருத்தமாக இருக்கும்: [ஆதாரம்: டீம் பிளச்பி]

- எந்த ஊருக்கும் நுழைவு வரி கிடையாது.

- நியமிக்கப்பட்ட சாலைகளுக்கு மட்டுமே சுங்கச் சாவடி (Toll) அனுமதிக்கப்படுகிறது.

- மாநில சட்டப் பேரவையில் சட்டம் இயற்றப்படாவிட்டால், எந்த உள்ளாட்சி அமைப்புக்கும் நுழைவு வரி விதிக்க அதிகாரம் இல்லை.

- வேறு வகையான உள்ளூர் கட்டணங்கள் இருந்தால், அவை வாகன நிறுத்தம், கட்டண கழிப்பறைகள் போன்ற குறிப்பிட்டச் சேவைகளுக்கு ஈடாக இருக்க வேண்டும்.

தீர்வு:

மாமல்லபுரத்தில் இதுவரை இது போல் எவ்வளவு பணம் வசூலிக்கப்பட்டுள்ளது? அதனால் வந்த பயன் என்ன என்பதை மக்களுக்குத் தெரிவித்து, இனிமேல் இது போன்ற நுழைவுக் கட்டணம் வசூலிப்பதைத் தடை செய்ய வேண்டும்.

43. கடன்

கடனைச் சரியாகச் செலுத்தாததால் வட்டிக்கு வட்டி போட்டு கடன் தொகை பல லட்சங்கள் ஏறி இருந்தது.

2007ல் சென்னை சோளிங்கநல்லூரில் வங்கியில் 30 லட்சம் கடன் பெற்று ஒரு நிலம் வாங்கினேன். அப்போது எனக்கு நிதி அறிவெல்லாம் பெரிதாக இல்லை.

ஒரு வருடம், மாதா மாதம் ஒழுங்காகத் தான் கடனைக் கட்டினேன். பின்னர் ஏனோ ஒரு காரணத்தால் விளையாட்டாகக் கடனைச் செலுத்துவதில் அக்கறை எடுத்துக்கொள்ளவில்லை.

வங்கியில் இருந்து பணத்தைக் கட்டுங்கள் என்று மின்னஞ்சல் அனுப்பினார்கள். வங்கியில் உள்ளோர்

எல்லாம் நம் நண்பர்கள்தானே என்ன செய்துவிடப் போகிறார்கள் என்று எண்ணினேன்.

கடனைச் சரியாகச் செலுத்தாததால் வட்டிக்கு வட்டி போட்டு கடன் தொகை பல லட்சங்கள் ஏறி இருந்தது. கடன் தவணையை ஒழுங்காகக் கட்டவில்லை என்றால் வட்டிக்கு வட்டியெல்லாம் போட்டு கடன்தொகை பன்மடங்கு ஏறும் என்று அப்போதுதான் ஓரளவு புரிந்தது.

அதன்பின் தவணை தவறாமல், சில சமயங்களில் இரண்டு, மூன்று தவணைகளை ஒன்றாகக்கட்டி கடனை அடைத்து நிலத்தின் பத்திரத்தை வங்கியிடம் இருந்து மீட்டேன்.

இது என் தவறுகளைத் திருத்திக் கொள்ள ஒரு நல்ல அனுபவமாக இருந்தது. கடன் குறித்து உங்கள் அனுபவங்கள் இருந்தால் பகிருங்கள்.

நன்றி.

44. நன்றி

> முயற்சியும், உழைப்பும்
> வாய்ப்புகளைத் தரும். அந்த
> வாய்ப்புகளைப் பயன்படுத்தி அடுத்த
> கட்டத்திற்கு நகர்வோம்.

2023ல் ஒரு சோதனை முயற்சியாக (Experiment) எழுத ஆரம்பித்த ஞாயிறு கடிதத்தை ஒவ்வொரு ஞாயிற்றுக்கிழமையும் எழுதிப் பகிர்ந்தது மகிழ்ச்சி.

தமிழில் கைப்பட எழுதப்பட்ட இக்கடிதங்களைப் பார்த்து, வாசித்து, கருத்துகளைப் பகிர்ந்து ஊக்கம் தந்த அனைவருக்கும் நெஞ்சார்ந்த நன்றிகள்.

2024 ஆரோக்கியம் நிறைந்த, மகிழ்ச்சியான, வளமிக்க ஆண்டாக அமைய வாழ்த்துகள்.

முயற்சியும், உழைப்பும் வாய்ப்புகளைத் தரும். அந்த வாய்ப்புகளைப் பயன்படுத்தி அடுத்த கட்டத்திற்கு நகர்வோம்.

'இனிய புத்தாண்டு வாழ்த்துகள்'

நன்றி.

யார் இவர்?

கார்த்திக் சிதம்பரம்,
நிறுவனர் மற்றும் தலைமைச் செயல் அதிகாரி, டிசிகாப்.

கார்த்திக் சிதம்பரம், டிசிகாப் நிறுவனத்தின் நிறுவனர் மற்றும் தலைமைச் செயல் அதிகாரி. அமெரிக்க நாட்டின் சிகாகோவில் உள்ள தனது சிறிய குடியிருப்பில் இருந்து இந்நிறுவனத்தைத் தொடங்கினார். 2 பேர், 2 கணினிகள் மற்றும் 2 மேசைகளுடன் தொடங்கப்பட்டு, இன்று டிசிகாப் நிறுவனத்தின் மென்பொருள், பல்வேறு உலக நாடுகளில் வாடிக்கையாளர்களைக் கொண்டுள்ளது.

மொழி சார்ந்தப் பொருளாதாரச் செயல்பாடுகள் குறித்த சிந்தனையைச் செயல் வடிவத்திற்குக் கொண்டுவர, மக்களுக்குக் குறிப்பாக மாணவச் சமுதாயத்திற்குப் பொருட்பால் எனும் கருத்தரங்கம் மற்றும் பற்பல முயற்சிகளை மேற்கொண்டு வருகிறார்.

சமுதாயப் பிரச்சனைகளையும் அதனைத் தீர்க்கும் வழிமுறைகளையும், வல்லுனர்கள் நேர்காணல்கள், தான் செல்லும் நாடுகளில் வணிகம் , உலகில் சில முக்கிய இடங்கள், வாசிக்கும் புத்தகங்கள் பற்றியும் நம்முடன் பகிர்ந்து கொள்வதற்காக chatwithKC எனும் youtube channel ஐயும் நடத்தி வருகிறார்.

சாதாரண நிலையில் தொடங்கிய தனது வாழ்க்கைப் பயணத்தை, சிறந்த மென்பொருள் தயாரிப்பு நிறுவனமாக, இன்று முழுவதும் தொலைதூர (Remote & Distributed Work) வழியிலேயே இயங்கிச் செயல்பட்டு வரும் டிசிகாப் மூலம்

ஒரு சிறந்த வேலைக் கலாச்சாரத்தையும் சமூகத்தையும் உருவாக்கி, வெற்றிகரமாக இயக்கி வருகிறார்.

மேலும் அறிந்து கொள்ள http://www.dckap.com

http://www.karthikchidambaram.com

https://www.linkedin.com/in/chatwithkc

https://www.youtube.com/@chatwithkc

https://twitter.com/chatwithkc

தொடர்பு கொள்ள...

contact@karthikchidambaram.com